മാവോയിസം മാര്‍ക്സിസമോ?

മാവോയിസത്തിന്റെ രാഷ്ട്രീയവും പ്രത്യയശാസ്ത്രവും
വിശകലനവിധേയമാക്കുന്ന കൃതി

mavoism marxisamo?

●

k t kunjikannan

●

first edition
january 2017

●

typesetting & published
chintha publishers, thiruvananthapuram

●

●

cover
midas

●

വിതരണം

ദേശാഭിമാനി ബുക്ക് ഹൗസ്

H O തിരുവനന്തപുരം–695 035
phone: 0471-2303026, 6063026
www.chinthapublishers.com
chinthapublishers@gmail.com

ബ്രാഞ്ചുകൾ

ഹെഡ്ഡാഫീസ് ബ്രാഞ്ച് കുന്നുകുഴി • സ്റ്റാച്യു തിരുവനന്തപുരം • കെ എസ് ആർ ടി സി ബസ് സ്റ്റേഷൻ ആലപ്പുഴ • കെ എസ് ആർ ടി സി ബസ് സ്റ്റേഷൻ എറണാകുളം • മച്ചിങ്ങൽ ലെയ്ൻ തൃശൂർ • ഐ ജി റോഡ് കോഴിക്കോട് • മാവൂർ റോഡ് കോഴിക്കോട് • എൻ ജി ഒ യൂണിയൻ ബിൽഡിങ് കണ്ണൂർ • സെൻട്രൽ ബസ് ടെർമിനൽ കോംപ്ലക്സ് താവക്കര കണ്ണൂർ

CO - 2466 / 4069
ISBN - 978-93-86364-38-8

മാവോയിസം മാർക്സിസമോ?

മാവോയിസത്തിന്റെ രാഷ്ട്രീയവും പ്രത്യയശാസ്ത്രവും
വിശകലനവിധേയമാക്കുന്ന കൃതി

കെ ടി കുഞ്ഞിക്കണ്ണൻ

ചിന്ത പബ്ലിഷേഴ്സ്
തിരുവനന്തപുരം-695 035
വില : ₹ 90

കെ ടി കുഞ്ഞിക്കണ്ണൻ

പ്രഭാഷകൻ, എഴുത്തുകാരൻ, ഇടതുപക്ഷ രാഷ്ട്രീയ പ്രവർത്തകൻ. കോഴിക്കോട് കേന്ദ്രമായി പ്രവർത്തിക്കുന്ന കേളുഏട്ടൻ പഠനഗവേഷണ കേന്ദ്രത്തിന്റെ ഡയറക്ടർ.

അമേരിക്കൻ ഭീകരത-ചരിത്രം വർത്തമാനം പ്രത്യയശാസ്ത്രം, മതം ഭീകരത സാമ്രാജ്യത്വം, ബുദ്ധൻ ചിരിക്കുന്നില്ല (ആണ വായുധങ്ങളുടെ രാഷ്ട്രീയം പ്രതിപാദിക്കുന്ന), ആഗോള വല്ക്കരണകാലത്തെ ജുഡീഷ്യൽ ആക്ടിവിസം, കേരള സമൂഹവും രാഷ്ട്രീയവും, മാവോയിസത്തിന്റെ രാഷ്ട്രീയവും പ്രത്യയശാസ്ത്രവും, മാർക്സിലേക്ക് മടങ്ങുന്ന ലോകം, മാധ്യമം പ്രചാരണം പ്രത്യയശാസ്ത്രം തുടങ്ങിയ ഗ്രന്ഥങ്ങളുടെ രചയിതാവ്.

സാർവ്വദേശീയ സംഭവവികാസങ്ങളുടെ വിശകലനങ്ങളും രാഷ്ട്രീയ, സാംസ്കാരിക പഠനങ്ങളും ആനുകാലിക രാഷ്ട്രീയ സംഭവങ്ങളെ മാർക്സിസ്റ്റ് സൈദ്ധാന്തിക നില പാടുകളിൽനിന്ന് വിശകലനവിധേയമാക്കുന്ന ലേഖനങ്ങളും ആനുകാലികങ്ങളിൽ എഴുതുന്നു. കോഴിക്കോട് ജില്ലയിലെ മണിയൂരാണ് സ്വദേശം.

ഭാര്യ	:	അജിത
മക്കൾ	:	അകേഷ്, ഹരിത.
വിലാസം	:	ഡയറക്ടർ
		കേളുഏട്ടൻ പഠനഗവേഷണകേന്ദ്രം
		സി എച്ച് കണാരൻ സ്മാരകം
		കോഴിക്കോട്.
മൊബൈൽ	:	9447639517
ഇമെയിൽ	:	ktkozhikode@gmail.com

ഉള്ളടക്കം

പ്രസാധകക്കുറിപ്പ്

ആഗോളവല്ക്കരണ നയങ്ങൾ കാർഷികത്തകർച്ചയെ തീക്ഷ്ണ മാക്കുകയും ആദിവാസി, ദളിത് സമൂഹങ്ങൾ കൂടുതൽ കൂടുതൽ പ്രാന്ത വല്ക്കരിക്കുകയും ചെയ്യുന്ന സാമൂഹ്യ സാഹചര്യമാണ് സൃഷ്ടിക്കപ്പെ ട്ടിരിക്കുന്നത്. ഇത് മാവോവാദികളുടെ അതിവിപ്ലവപ്രയോഗങ്ങൾക്ക് വള ക്കുറുള്ള മണ്ണൊരുക്കിയിരിക്കുകയാണ്. രാഷ്ട്രീയ പക്വതയും മാർക്സി സ്റ്റുവീക്ഷണത്തിന്റെ തെളിച്ചവും കൈവന്നിട്ടില്ലാത്ത യുവ വിപ്ലവകാരി കളിൽ ആശയക്കുഴപ്പം സൃഷ്ടിക്കുന്നതിന് മാവോവാദികളും അവരെ പിന്തുണക്കുന്ന മാധ്യമങ്ങളും ഈ സാഹചര്യത്തെ ഉപയോഗപ്പെടുത്തു കയാണ്. മദ്ധ്യവർഗ്ഗ പ്രാമുഖ്യമുള്ള കേരളത്തിന്റെ സാഹചര്യത്തിൽ സംഘടിത ഇടതുപക്ഷ പ്രസ്ഥാനങ്ങൾക്കെതിരായി കുത്തക മാധ്യമ ങ്ങൾ മാവോവാദികളെ മുൻനിർത്തി ആസൂത്രിതമായ പ്രചാരണങ്ങൾ നടത്തിക്കൊണ്ടിരിക്കുകയുമാണ്. ഇടതുപക്ഷ വിപ്ലവപ്രസ്ഥാനത്തിലേക്ക് ആകർഷിക്കപ്പെടാനിടയുള്ള യുവതയെ വഴിതെറ്റിക്കുവാൻ കുത്തക മൂല ധന ശക്തികളും അന്താരാഷ്ട്ര സന്നദ്ധസംഘടനകളും മാവോയിസ്റ്റു പ്രസ്ഥാനത്തെ കൗശലപൂർവ്വം ഉപയോഗപ്പെടുത്തുന്നുണ്ട്.

ചൈനീസ് വിപ്ലവത്തിന്റെ അനുഭവങ്ങളിലൂടെ മാവോ വികസിപ്പി ച്ചെടുത്ത ജനാധിപത്യ വിപ്ലവ കാഴ്ചപ്പാടുകളെയാകെ നിരസിക്കുന്ന മാവോ വാദികളുടെ സൈദ്ധാന്തിക നിലപാടുകളെയും പ്രവർത്തന ങ്ങളെയും തുറന്നുകാട്ടുന്നതാണ് കെ ടി കുഞ്ഞിക്കണ്ണൻ രചിച്ച *മാവോ യിസം മാർക്സിസമോ* എന്ന ഈ ലഘുഗ്രന്ഥം.

കർത്തവ്യബോധത്തോടെ ഞങ്ങൾ ഇത് വായനാലോകത്തിനു സമർപ്പിക്കുകയാണ്, വാങ്ങി വായിക്കുക, കരുതി വയ്ക്കുക.

ചിന്ത പബ്ലിഷേഴ്സ്

മുഖവുര

മാവോയിസത്തിന്റെ രാഷ്ട്രീയവും പ്രത്യയശാസ്ത്രവും വിശ കലനവിധേയമാക്കാനുള്ള വിനീതമായൊരു ശ്രമമാണ് ഈ പുസ്തക ത്തിലൂടെ നിർവ്വഹിക്കുന്നത്. *മാവോയിസത്തിന്റെ രാഷ്ട്രീയവും പ്രത്യ യശാസ്ത്രവും* എന്ന പേരിൽ 2010 ൽ പ്രസിദ്ധീകരിച്ച ലഘുപുസ്തകം സമകാലീന സംഭവങ്ങളുടെ പശ്ചാത്തലത്തിൽ വികസിപ്പിക്കുകയാണ് ചെയ്തത്. ആഗോളവല്ക്കരണനയങ്ങൾ തീക്ഷ്ണമാക്കുന്ന കാർഷിക തകർച്ചയുടെയും ആദിവാസി ദളിത്ജനസമൂഹങ്ങളുടെ പ്രാന്തവല്ക്ക രണത്തിന്റേതുമായ സാമൂഹ്യസാഹചര്യമാണ് മാവോയിസ്റ്റുകളുടെ അതിവിപ്ലവപ്രയോഗങ്ങൾക്ക് വളക്കൂറുള്ള മണ്ണൊരുക്കുന്നത്.

തീവ്രമാകുന്ന മുതലാളിത്ത ചൂഷണത്തിനെതിരെ ഉയർന്നുവരുന്ന ഒറ്റപ്പെട്ട കലാപങ്ങളെയും ഭീകരപ്രവർത്തനങ്ങളെയും മാർക്സിസ്റ്റുകൾ ഇടതുപക്ഷ തീവ്രവാദമായാണ് പരിഗണിക്കുന്നത്. മാർക്സും ലെനി നുമെല്ലാം തങ്ങൾ ജീവിച്ച കാലഘട്ടത്തിലെ ഇത്തരം പ്രവണതകളെ വിശകലനം ചെയ്യുകയും തൊഴിലാളിവർഗ്ഗത്തിനന്യമായ പെറ്റിബൂർഷ്വാ അരാജകവാദമായി തള്ളിക്കളയുകയും ചെയ്തിട്ടുണ്ട്. വ്യവസ്ഥക്കെതി രായ ജനകീയ മുന്നേറ്റങ്ങളെ ദുർബ്ബലപ്പെടുത്തുകയും ഭരണകൂട ശക്തി കളെ സ്ഥിരീകരിക്കുകയുമാണ് ഇത്തരം ഇടതുപക്ഷ സാഹസിക ഗ്രൂപ്പു കൾ ചരിത്രത്തിലുടനീളം ചെയ്തിട്ടുള്ളത്.

ഗറില്ലാസമരത്തിന്റെയും സാമൂഹ്യമാറ്റത്തിന്റെയും ചുവപ്പൻ അഭി ലാഷങ്ങളാൽ പ്രചോദിതമാകുന്നവരിലും രാഷ്ട്രീയപക്വതയും മാർക്സിസ്റ്റ് വീക്ഷണത്തിന്റെ തെളിച്ചവും കൈവന്നിട്ടില്ലാത്തവരിലും ആശയക്കുഴപ്പങ്ങൾ സൃഷ്ടിക്കാൻ മാവോയിസ്റ്റുകൾക്കും അവരെ പിന്തു ണയ്ക്കുന്ന മാധ്യമങ്ങൾക്കും ഇന്ന് കഴിയുന്നുണ്ട്. മദ്ധ്യവർഗ്ഗവിഭാഗ

ങ്ങൾക്ക് പ്രാമുഖ്യമുള്ള കേരളീയ സാഹചര്യത്തിൽ കുത്തകമാധ്യമ ങ്ങൾ സംഘടിത ഇടതുപക്ഷ പ്രസ്ഥാനങ്ങൾക്കെതിരായി മാവോയിസ്റ്റു കളെ മുൻനിർത്തിയുള്ള ആസൂത്രിതമായ പ്രചാരണങ്ങളാണ് നടത്തി ക്കൊണ്ടിരിക്കുന്നത്.

ഇടതുപക്ഷവിപ്ലവപ്രസ്ഥാനത്തിലേക്ക് ആകർഷിക്കപ്പെടാനിടയുള്ള യുവതീയുവാക്കളെ വഴിതെറ്റിക്കാനായി മാവോയിസ്റ്റ് പ്രസ്ഥാനത്തെ ഇന്ന് വലതുപക്ഷശക്തികളും അന്താരാഷ്ട്ര സന്നദ്ധസംഘടനകളും കൗശലപൂർവ്വം ഉപയോഗിക്കുന്നുണ്ട്. അതുകൊണ്ടുതന്നെ മാവോയിസം രൂപംകൊള്ളാനിടയായ ലോകസാഹചര്യത്തെയും അതിന്റെ പ്രത്യയ ശാസ്ത്ര അടിസ്ഥാനങ്ങളെയും വസ്തുനിഷ്ഠമായ വിശകലനങ്ങളിലൂടെ തുറന്നുകാട്ടേണ്ടതുണ്ട്. ജനാധിപത്യത്തിനും സോഷ്യലിസത്തിനും വേണ്ടിയുള്ള സമരങ്ങളെ ദുർബ്ബലപ്പെടുത്തുന്ന മാവോയിസം പോലുള്ള അതിസാഹസികതാപരവും അരാജകവുമായ പ്രവണതകളെ പ്രതിരോ ധിക്കുന്നതിനാവശ്യമായ പ്രത്യയശാസ്ത്ര വ്യക്തത ഇടതുപക്ഷരാഷ് ട്രീയ പ്രവർത്തകർ കൈവരിക്കേണ്ടതുണ്ട്.

മഹാനായ മാവോവിന്റെ പേരിൽ ആവിഷ്കരിക്കപ്പെട്ട മാവോയി സത്തിന്റെ സൈദ്ധാന്തിക നിലപാടുകൾ യഥാർത്ഥത്തിൽ ചൈനീസ് വിപ്ലവത്തിന്റെ അനുഭവങ്ങളിലൂടെ മാവോ വികസിപ്പിച്ചെടുത്ത ജനാധി പത്യ വിപ്ലവ കാഴ്ചപ്പാടുകളെയാകെ നിരസിക്കുന്നതാണ്. സവിശേഷ മായ ഇന്ത്യൻ സാഹചര്യത്തിൽ മാവോയിസ്റ്റുകളുടെ അതിവിപ്ലവ വാദവും സാമ്രാജ്യത്വപ്രോക്തമായ എൻ ജി ഒയിസവും സന്ധിക്കുന്ന പ്രത്യയശാസ്ത്ര മുന്നണികളെക്കൂടി മാർക്സിസ്റ്റുകൾ തിരിച്ചറിയേണ്ട തുണ്ട്. സാമൂഹ്യ യാഥാർത്ഥ്യങ്ങളെ കണക്കിലെടുക്കാതെ മറ്റൊരു രാജ്യ ത്തിന്റെ വിപ്ലവപാത യാന്ത്രികമായി അനുകരിക്കുന്നവരെ കണ്ണുകെട്ടി കുരുവിയെ പിടിക്കുന്നവരെന്നാണ് മാവോ പരിഹസിച്ചത്.

1967 ലെ നക്സൽബാരി കലാപവും അതിനെ തുടർന്ന് 1969 ൽ രൂപംകൊണ്ട സി പി ഐ (എം എൽ)യും വിപ്ലവപൂർവ്വ ചൈനീസ് സാഹ ചര്യങ്ങളിൽ സി പി സി മുന്നോട്ടുവെച്ച വിശകലനങ്ങളെയും ജനയുദ്ധ പാതയെയും അന്ധമായി പിന്തുടരുകയായിരുന്നു. ചൈനീസ് ചെയർമാൻ നമ്മുടെ ചെയർമാൻ, ചൈനീസ് പാത നമ്മുടെ പാത പോലുള്ള മുദ്രാവാക്യങ്ങൾ ഈ അന്ധമായ അനുകരണത്വരയിൽ നിന്ന് രൂപപ്പെട്ടതായിരുന്നല്ലോ. അഞ്ച് ദശകകാലത്തോളമുള്ള നക്സലൈറ്റ് പ്രസ്ഥാനത്തിന്റെ അനുഭവങ്ങളിൽ നിന്ന് പാഠം പഠിക്കാത്തവരാണ് കൂടു തൽ തീവ്രമായ സായുധ സമരപാത സ്വീകരിച്ച് മാവോയിസ്റ്റുകളായി രൂപപ്പെട്ടത്. സി പി ഐ (എം എൽ) പീപ്പിൾസ്‌വാർഗ്രൂപ്പും മാവോയിസ്റ്റ് കമ്യൂണിസ്റ്റ് സെന്ററും ലയിച്ചാണ് 2014 സെപ്തംബർ 21 ന് സി പി ഐ (മാവോയിസ്റ്റ്) എന്ന സംഘടന രൂപംകൊള്ളുന്നത്.

ഇടതുപക്ഷ തീവ്രവാദത്തിന്റെ സാർവ്വദേശീയവും ദേശീയവുമായ പരിണതികളെയും രൂപാന്തരങ്ങളെയും സാമാന്യമായി ഈ പുസ്തകം

പ്രതിപാദിക്കുന്നുണ്ട്. തൊഴിലാളിവർഗ്ഗ വീക്ഷണങ്ങൾക്കന്യമായ മദ്ധ്യ വർഗ്ഗപ്രവണതകൾ മാവോയിസം പോലുള്ള സായുധസാഹസികതാപ രമായ അപചയങ്ങളിലേക്ക് എങ്ങനെയാണ് എത്തിച്ചേരുന്നതെന്നാണ് പുസ്തകം പ്രധാനമായും പരിശോധിക്കുന്നത്. മാർക്സിസവുമായി വിദൂര ബന്ധമില്ലാത്ത മദ്ധ്യവർഗ്ഗ അപചയങ്ങളെയും മാവോയിസ്റ്റ് ഭീകരവാദ ത്തെയും തുറന്നുകാട്ടാനുള്ള ഒരു പ്രത്യയശാസ്ത്ര ശ്രമമെന്ന നിലയിൽ ഈ പുസ്തകം വായനക്കാർക്കുമുമ്പിൽ സമർപ്പിക്കുന്നു. ഇതിന്റെ പ്രസി ദ്ധീകരണം ഏറ്റെടുത്ത ചിന്താപബ്ലിഷേഴ്സ് എന്നിവരോടുള്ള കൃതര ജ്ഞത ഇവിടെ രേഖപ്പെടുത്തുന്നു.

അഭിവാദനങ്ങളോടെ,
കെ ടി കുഞ്ഞിക്കണ്ണൻ

"അവിശ്വസനീയമാംവണ്ണം തീവ്രമായും ത്വരിതമായും സ്ഥിതി വശളായി നശിക്കുകയും ചെറുകിട സ്വത്തുടമ അഥവാ ചെറു കിട മുതലാളി (പല യൂറോപ്യൻ രാജ്യങ്ങളിലും വിപുലമായ തോതിൽ പ്രതിനിധീകരിക്കപ്പെട്ടിട്ടുള്ള ഒരു സാമൂഹ്യ വിഭാഗമാ ണിത്) അങ്ങേയറ്റത്തെ വിപ്ലവവാദത്തിലേക്ക് അനായാസേന നീങ്ങുമെന്നും എന്നാൽ സ്ഥിരോത്സാഹത്തോടെ പ്രയത്നി ക്കാനോ സംഘടന കെട്ടിപ്പടുക്കാനോ അച്ചടക്കം പാലിക്കാനോ അടിയുറച്ച് നില്ക്കാനോ അയാളെക്കൊണ്ടാവില്ലെന്നും മാർക്സിസ്റ്റ് സിദ്ധാന്തം സ്ഥാപിച്ചിട്ടുണ്ട്. എല്ലാ യൂറോപ്യൻ വിപ്ല വങ്ങളും വിപ്ലവപ്രസ്ഥാനങ്ങളും അത് സ്ഥിരീകരിച്ചിട്ടുണ്ട്. മുത ലാളിത്തത്തിന്റെ ഭീകരതകൾകണ്ട് ഭ്രാന്തെടുക്കുന്ന പെറ്റി ബുർഷ്വാ അരാജകവാദമെന്നപോലെ തന്നെ എല്ലാരാജ്യങ്ങൾക്കും സവിശേഷമായൊരു സാമൂഹ്യപ്രതിഭാസമാണ്."

വി ഐ ലെനിൻ

കണ്ണുകെട്ടി കുരുവിയെ പിടിക്കുന്നവർ

നിലമ്പൂർ കരുളായിവനത്തിൽ (2016 നവംബർ) രണ്ടു മാവോയി സ്റ്റുകൾ വധിക്കപ്പെട്ട സംഭവം കേരളീയ സമൂഹവും മാധ്യമങ്ങളും വിവാദപരമായി ചർച്ച ചെയ്യുകയാണല്ലോ. ഏറ്റുമുട്ടലിലാണ് മരണമു ണ്ടായതെന്നാണ് പൊലീസ് വിശദീകരണം. എന്നാൽ നിലമ്പൂരിൽ നട ന്നത് വ്യാജ ഏറ്റുമുട്ടലാണെന്ന ഉൽക്കണ്ഠയും വിവിധ തുറകളിൽ നിന്നു യർന്നുവന്നിട്ടുണ്ട്. ഇക്കാര്യത്തെക്കുറിച്ച് മജിസ്ട്രേറ്റ് തലത്തിലും ക്രൈം ബ്രാഞ്ച് തലത്തിലും അന്വേഷണം ഇപ്പോൾ ആരംഭിച്ചുകഴിഞ്ഞു. വ്യാജ ഏറ്റുമുട്ടൽ കൊലപാതകങ്ങൾക്കെതിരെയുള്ള ഇടതുപക്ഷത്തിന്റെ പ്രഖ്യാപിത നിലപാടുകൾക്കു വിരുദ്ധമായ നടപടികൾ തണ്ടർബോൾ ട്ടിന്റെ ഭാഗത്തുനിന്നുണ്ടായിട്ടുണ്ടെങ്കിൽ അതിനെ ഒരു കാരണവശാലും ഇടതുപക്ഷപ്രസ്ഥാനം അംഗീകരിക്കില്ലെന്ന കാര്യവും വ്യക്തമാക്കപ്പെ ട്ടിട്ടുണ്ട്.

നിലമ്പൂർ സംഭവത്തെ ഉപയോഗപ്പെടുത്തി സി പി ഐ(എം)നും ഇടതുപക്ഷ ജനാധിപത്യമുന്നണിക്കുമെതിരെ ആസൂത്രിതമായ പ്രചാ രവേലകൾ ചില മതതീവ്രവാദസംഘടനകളും വലതുപക്ഷശക്തികളുടെ കൈയിൽ കളിക്കുന്ന അതിവിപ്ലവസംഘങ്ങളും ആരംഭിച്ചിരിക്കുകയാണ്. മനുഷ്യാവകാശധ്വംസനങ്ങൾക്കും നിയമാതീതമായ പൊലീസിന്റെ നട പടികൾക്കുമെതിരെ വിട്ടുവീഴ്ചയില്ലാത്ത നിലപാട് എല്ലാകാലത്തും സി പി ഐ (എം) ഉം ഇടതുപക്ഷശക്തികളും സ്വീകരിച്ചിട്ടുണ്ട്. വർഗീസ് പൊലീസ് കസ്റ്റഡിയിൽ കൊല്ലപ്പെട്ടപ്പോൾ അതിനെതിരെ നിമയസ ഭയ്ക്കെത്തും പുറത്തും ശക്തമായ പ്രക്ഷോഭങ്ങൾക്ക് നേതൃത്വം കൊടു ത്തത് സി പി ഐ (എം) ആയിരുന്നു. അടിയന്തരാവസ്ഥയിൽ പി രാജൻ ഉൾപ്പെടെയുള്ളവരുടെ കസ്റ്റഡിമരണങ്ങൾക്കെതിരെ ശക്ത

മായി പ്രതികരിച്ചതും സി പി ഐ (എം) ഉം ജനാധിപത്യപ്രസ്ഥാനങ്ങ ളുമായിരുന്നു.

ഈ ചരിത്രാനുഭവങ്ങളെയെല്ലാം വിസ്മൃതിയിൽ നിർത്തി സി പി ഐ (എം) നും ഇടതുപക്ഷമുന്നണി ഗവൺമെന്റിനുമെതിരെ നിലമ്പൂർ സംഭവത്തെ ആയുധമാക്കാൻ ശ്രമിക്കുന്നവരുടെ ഉദ്ദേശശുദ്ധിയിൽ സംശ യിച്ചുപോയാൽ ആരെയും കുറ്റപ്പെടുത്താനാവില്ല. മാവോയിസത്തെ ആദർശവല്ക്കരിക്കാനും അരാജകമായ അവരുടെ പ്രത്യയശാസ്ത്രനില പാടുകളെ യഥാർത്ഥ മാർക്സിസമായി അവതരിപ്പിക്കാനുള്ള അബദ്ധ പൂർണ്ണമായ ശ്രമങ്ങളും നടന്നുകൊണ്ടിരിക്കുകയാണ്. ഈയൊരു സാഹ ചര്യത്തിലാണ് മാവോയിസത്തിന്റെ രാഷ്ട്രീയത്തെയും പ്രത്യയശാസ്ത്ര ത്തെയും പരിശോധിക്കേണ്ടിവന്നിരിക്കുന്നത്. അത് മാർക്സിസത്തിൽ നിന്ന് എങ്ങനെ അന്യമായിരിക്കുന്നുവെന്നാണ് മാർക്സിസ്റ്റ്-ലെനിനിസ്റ്റു കൾ മനസ്സിലാക്കേണ്ടിയിരിക്കുന്നത്.

സഖാവ് ലെനിൻ നിരീക്ഷിക്കുന്നതുപോലെ അതിവിപ്ലവവാദമെ ന്നത് മുതലാളിത്തത്തിന്റെ ഭീകരത കണ്ട് ഭ്രാന്തെടുക്കുന്ന പെറ്റിബൂർഷ്വാ അരാജകവാദമാണ്. അത് തീക്ഷ്ണമാകുന്ന മുതലാളിത്ത ചൂഷണം മൂലം തകരുന്ന മധ്യവർഗ്ഗവിഭാഗങ്ങളുടെ പ്രത്യയശാസ്ത്രമാണ്. സി പി ഐ മാവോയിസ്റ്റിന്റെ പാർട്ടി കോൺഗ്രസുകളിൽ അവതരിപ്പിക്ക പ്പെട്ട ക്രഡൻഷ്യൽ റിപ്പോർട്ടുകൾ അനുസരിച്ച് മധ്യവർഗ്ഗവിഭാഗങ്ങളും ആദിവാസികളുമാണ് അവരുടെ മെമ്പർഷിപ്പിൽ ഭൂരിപക്ഷവും. നാമമാ ത്രമായി മാത്രമാണ് തൊഴിലാളിവർഗ്ഗവിഭാഗങ്ങളിൽനിന്നുള്ള പാർട്ടി അംഗത്വം!

മാവോയിസ്റ്റുകളുടെ സൈനിക അതിസാഹസികതാപരമായ പ്രവർത്തനങ്ങളും ഭീകരകൃത്യങ്ങളും മനുഷ്യത്വരഹിതമായ മാനങ്ങൾ കൈവരിച്ചിരിക്കുകയാണ്. സാമ്രാജ്യത്വത്തിനും ഇന്ത്യൻ ഭരണകൂടത്തി നുമെതിരെ ദീർഘകാല ജനകീയ യുദ്ധപാത തെരഞ്ഞെടുത്തവർ ഇടതു പക്ഷ രാഷ്ട്രീയ പ്രവർത്തകരെ വേട്ടയാടുകയാണ് ബംഗാളിൽ ചെയ്തത്. സായുധസമരപാതയിൽ തങ്ങൾ ജ്വലിച്ചുനില്ക്കുകയാണെന്ന് പ്രകടിപ്പിക്കാനായി ഇടയ്ക്കിടെ തീവണ്ടികളിൽ ബോംബുവെച്ച് സ്ഫോട നങ്ങൾ സൃഷ്ടിക്കുകയാണല്ലോ അവരുടെ രാഷ്ട്രീയശൈലി. അർദ്ധ സൈനികരെയും നിരപരാധികളായ ജനങ്ങളെയും വധിക്കുന്നു.

മാർക്സിസത്തിനന്യമായ ഭീകരവാദവും പെറ്റിബൂർഷ്വാഅരാജക വാദവും സംഘടിത ഇടതുപക്ഷ രാഷ്ട്രീയത്തെയും ബഹുജന മുന്നേ റ്റങ്ങളെയും ദുർബ്ബലപ്പെടുത്തുകയും തകർക്കുകയും ചെയ്യുക എന്ന ലക്ഷ്യത്തോടെ ആസൂത്രണം ചെയ്യപ്പെട്ടതാണ്. ഒറ്റപ്പെട്ട കലാപങ്ങളും ഭീകരപ്രവർത്തനങ്ങളും വർഗ്ഗസമരമല്ലായെന്ന് പഠിപ്പിച്ചത് മാർക്സ് തന്നെയാണ്. ഭീകരപ്രവർത്തനങ്ങൾ ജനകീയശക്തിയെ അസ്ഥിരീക രിക്കുകയും ഭരണകൂടശക്തികളെ ശക്തിപ്പെടുത്തുകയുമാണ് ചെയ്യുന്ന തെന്ന് മാർക്സും ലെനിനുമെല്ലാം അവർ ജീവിച്ചിരുന്ന കാലഘട്ടത്തിലെ

ഇത്തരം പ്രവണതകളെ വിശകലനം ചെയ്തുകൊണ്ട് ചൂണ്ടിക്കാട്ടുക യുണ്ടായി. സഖാവ് ലെനിൻ റഷ്യയിൽ നരോദ്നിസത്തിനെതിരായി നട ത്തിയ ആശയസമരവും *ഇടതുപക്ഷ കമ്യൂണിസം ഒരു ബാലാരിഷ്ടത* എന്ന അദ്ദേഹത്തിന്റെ വിഖ്യാതമായ കൃതിയും അരാജകമായ പെറ്റി ബൂർഷ്വാ വിപ്ലവസിദ്ധാന്തങ്ങളുടെ അപകടങ്ങളെ അനാവരണം ചെയ്യു ന്നതാണ്.

ഈയൊരു പശ്ചാത്തലത്തിലാണ് മാവോയിസ്റ്റുകളുടെ രാഷ്ട്രീയ പ്രത്യയശാസ്ത്ര അടിസ്ഥാനങ്ങളെയും ഇടതുപക്ഷ തീവ്രവാദത്തിന്റെ വർത്തമാനത്തെയും രൂപാന്തരങ്ങളെയുംകുറിച്ച് വസ്തുനിഷ്ഠമായൊരു വിശകലനം ആവശ്യമായിരിക്കുന്നത്. 1960 കളുടെ അവസാനം ഇന്ത്യ യുൾപ്പെടെ നിരവധി രാജ്യങ്ങളിലെ കമ്യൂണിസ്റ്റ് പാർട്ടികളിൽ പിളർപ്പു കൾ സൃഷ്ടിച്ച് തങ്ങളുടെ പ്രത്യയശാസ്ത്ര വഴികാട്ടിയായി മാർക്സി സം-ലെനിനിസം-മാവേസെതുങ് ചിന്ത സ്വീകരിച്ച് ഒട്ടേറെ എം എൽ പാർട്ടികൾ രൂപംകൊള്ളുകയുണ്ടായി.

ഇന്ത്യയിലും നക്സൽബാരി സായുധസമരത്തെത്തുടർന്ന് ചാരുമ ജുംദാറുടെ നേതൃത്വത്തിൽ സി പി ഐ (എം എൽ) എന്ന പാർട്ടി രൂപീ കരിക്കപ്പെട്ടു. 1969 ഏപ്രിൽ 19 മുതൽ 22 വരെ കൊൽക്കത്തയിലെ ഗാർഡൻറീച്ചിലുള്ള റെയിൽവെ കോളനിയിലെ ഒരു കെട്ടിടത്തിൽ നടന്ന രഹസ്യ സമ്മേളനത്തിലാണ് സി പി ഐ (എം എൽ) രൂപീകരണം നട ന്നത്. എഴുപതുകളെ വിമോചനത്തിന്റെ ദശകമാക്കുക; എഴുപതിലപ്പുറം ഇന്ത്യയിൽ രാഷ്ട്രീയാധികാരം നേടുന്നതിനെക്കുറിച്ച് എനിക്ക് ചിന്തി ക്കാനേ കഴിയുന്നില്ലെന്നാണ് അക്കാലത്ത് മജുംദാർ ആവേശംകൊണ്ട ത്. വർഗ്ഗശത്രുവിന്റെ രക്തത്തിൽ കൈമുക്കാത്തവർ കമ്യൂണിസ്റ്റല്ലെന്നാ യിരുന്നു അക്കാലത്തെ വിപ്ലവഭാഷ്യം. ഉന്മൂലന ലൈനിലൂടെ അതിവേഗം എം എൽ രാഷ്ട്രീയം ജനങ്ങളിൽ നിന്നൊറ്റപ്പെടുകയും വിവിധ ഗ്രൂപ്പു കളായി ശിഥിലമാവുകയും ചെയ്തു.

ഏഷ്യനാഫ്രിക്കൻ ലാറ്റിനമേരിക്കൻ നാടുകളിൽ ഇതുപോലെ രൂപീ കരിക്കപ്പെട്ട ബഹുഭൂരിപക്ഷം എം എൽ പാർട്ടികളും ശിഥിലമായി കഴിഞ്ഞിരിക്കുന്നു. തങ്ങളുടെ തെറ്റായ രാഷ്ട്രീയപ്രത്യയശാസ്ത്ര നില പാടുകൾമൂലം ഇത്തരം ഗ്രൂപ്പുകളെല്ലാം സാമൂഹ്യ യാഥാർത്ഥ്യത്തിൽ നിന്നകന്ന വിപ്ലവപ്രയോഗങ്ങളിലൂടെ സ്വയം തകരുകയാണ് ഉണ്ടായത്. വസ്തുനിഷ്ഠ സ്ഥിതിഗതികൾ പരിഗണിക്കാതെയുള്ള പ്രയോഗങ്ങൾ വലതുപക്ഷത്തിന്റെ കൈയിൽ കളിക്കുന്നതിലേക്കാണ് പല എം എൽ ഗ്രൂപ്പുകളെയും എത്തിച്ചത്.

എന്നാൽ ഇത്തരം ഗ്രൂപ്പുകളിൽ ചിലത് തീവ്ര സൈനികവാദ നില പാടുകളുമായി ചേർന്ന് മാവോയിസം സ്വീകരിച്ച് ഇന്ത്യയിലും ലോക ത്തിലെ മറ്റു പിന്നോക്ക പ്രദേശങ്ങളിലും കേന്ദ്രീകരിച്ച് സായുധ സമര മെന്ന പേരിൽ ആക്ഷനുകളും പൊലീസുമായി ഏറ്റുമുട്ടലുകളും നട ത്തുന്നുണ്ട്. എഴുപതുകളിലെ തിരിച്ചടികൾക്കുശേഷം പാർട്ടി പേരിൽ

നിന്നുപോലും ലെനിനിസം ഉപേക്ഷിച്ച് മാവോയിസ്റ്റുകളായി രൂപാന്തരം പ്രാപിച്ച ഇടതുപക്ഷ തീവ്രവാദികൾ പല രാജ്യങ്ങളിലും ഒരു സമാന്തരസേനപോലെ പ്രവർത്തിക്കുകയാണ്.

എഴുപതുകളെ വിമോചനത്തിന്റെ ദശകമാക്കുമെന്ന് പ്രഖ്യാപിച്ച ചാരുമജുംദാറെയും കാനായി ചാറ്റർജിയെയും സ്ഥാപകനേതാക്കളായി ഉയർത്തിക്കാട്ടിക്കൊണ്ടാണ് സി പി ഐ (മാവോയിസ്റ്റ്) രൂപംകൊണ്ടത്.

ചൈനയുടെ ചെയർമാൻ നമ്മുടെ ചെയർമാൻ, ചൈനീസ് പാത നമ്മുടെ പാത തുടങ്ങിയ മാർക്സിസ്റ്റ്‌വിരുദ്ധവും യാന്ത്രികവുമായ എഴുപതുകളിലെ വിപ്ലവകാഴ്ചപ്പാടാണ് അന്തഃസത്തയിൽ ഇപ്പോഴും മാവോയിസ്റ്റുകൾ പിൻപറ്റുന്നത്. സാമൂഹ്യയാഥാർത്ഥ്യങ്ങളെയും സ്വന്തം രാജ്യത്തിന്റെ വസ്തുനിഷ്ഠ സ്ഥിതിയെയും കണക്കിലെടുക്കാതെ യാന്ത്രികമായ വിപ്ലവപ്രയോഗങ്ങൾ നടത്തുന്നവരെ, മറ്റൊരു രാജ്യത്തിന്റെ വിപ്ലവ മാതൃകയെ അനുകരിക്കുന്നവരെ, സഖാവ് മാവോ വിശേഷിപ്പിച്ചത് കണ്ണുകൾ കെട്ടി കുരുവിയെ പിടിക്കുന്നവർ എന്നാണ്.

ചരിത്രത്തിൽ നിന്ന് പാഠങ്ങൾ പഠിക്കാൻ വിസമ്മതിക്കുന്ന പെറ്റി ബൂർഷ്വാ അരാജക വാദികൾ കൂടുതൽ തീവ്രമായ വിപ്ലവപരത അണിഞ്ഞുകൊണ്ട് തങ്ങളുടെ കലാപസിദ്ധാന്തങ്ങളും വിപ്ലവവ്യാമോഹങ്ങളുമാണ് മാവോയിസമായി ഇപ്പോൾ കൊണ്ടാടുന്നത്. പെറ്റിബൂർഷ്വാ വിപ്ലവ മനോവ്യാപാരത്തിനകത്ത് എളുപ്പം ചെലവാകുന്ന തിരുത്തൽ വാദത്തെയോ സോഷ്യൽ ഡെമോക്രസിയുമെല്ലാം സംബന്ധിച്ച് ഭയചിന്തകൾ പടർത്തിയാണ് തങ്ങളുടെ സായുധസമരസിദ്ധാന്തത്തിനും അതിസാഹസികതാവാദത്തിനും മാവോയിസ്റ്റുകൾ സമ്മതി ഉണ്ടാക്കുന്നത്. മനുഷ്യത്വരഹിതമായ ഭീകരപ്രവർത്തനങ്ങളിലൂടെ ഇടതുപക്ഷ രാഷ്ട്രീയ പ്രവർത്തകരെയും വിശിഷ്യാ സി പി ഐ (എം) കേഡർമാരെയും വകവരുത്തുകയെന്നത് ഒരു സായുധ അടവ് നയമായി തന്നെ മാവോയിസ്റ്റുകൾ വികസിപ്പിച്ചിരിക്കുകയാണ്. ബംഗാളിലെ അനുഭവങ്ങൾ അതാണ് വ്യക്തമാക്കുന്നത്.

കോർപ്പറേറ്റുകൾക്കും നവമുതലാളിമാർക്കും പ്രാദേശിക ജന്മിമാർക്കും കോൺട്രാക്ടർമാർക്കുമെതിരെ ജനങ്ങൾക്കുവേണ്ടി പോരാടുകയാണെന്ന പ്രതീതി സൃഷ്ടിച്ചുകൊണ്ടാണ് മാവോയിസ്റ്റുകൾ തങ്ങളുടെ ഭീകരരാഷ്ട്രീയത്തെ വിപ്ലവ പ്രവർത്തനമാക്കി അവതരിപ്പിക്കുന്നത്. നവസാമൂഹ്യപ്രസ്ഥാന ബുദ്ധിജീവികളുടെയും വൻകിട മാധ്യമങ്ങളുടെയും സഹായവും അവർക്കുണ്ട്.

ആഗോളവല്ക്കരണനയങ്ങൾ തീക്ഷ്ണമാക്കുന്ന കാർഷികത്തകർച്ചയുടെയും ആദിവാസി-അധഃസ്ഥിതജനസമൂഹങ്ങളുടെ പ്രാന്തവല്ക്കരണത്തിന്റേതുമായ സാമൂഹ്യ സാഹചര്യം മാവോയിസ്റ്റുകളുടെ അതിവിപ്ലവ പ്രയോഗങ്ങൾക്ക് വളക്കൂറുള്ള മണ്ണൊരുക്കുന്നുണ്ടെന്നത് ഇടതുപക്ഷ വിപ്ലവശക്തികൾ ഗൗരവപൂർവ്വം തന്നെ പരിഗണിക്കേണ്ടതുണ്ട്. ഗറില്ലാ സമരത്തിന്റെയും സാമൂഹ്യമാറ്റത്തിന്റെയും ചുവപ്പൻ അഭി

ലാഷങ്ങളാൽ പ്രചോദിതമാകുന്നവരും രാഷ്ട്രീയ പക്വതയും മാർക്സിസ്റ്റ് വീക്ഷണത്തിന്റെ തെളിച്ചവും കൈവന്നിട്ടില്ലാത്തവരുമായ വലിയൊരു വിഭാഗത്തെ സ്വാധീനിക്കുവാൻ മാവോയിസ്റ്റുകൾക്കിന്ന് അവരുടെ സ്വാധീനമേഖലകളിൽ കഴിയുന്നുണ്ട്.

ഇടതുപക്ഷ വിപ്ലവപ്രസ്ഥാനത്തിലേക്ക് ആകർഷിക്കപ്പെടാനിടയുള്ള യുവതീയുവാക്കളെ വഴിതെറ്റിക്കാനായി മാവോയിസ്റ്റ് പ്രസ്ഥാനത്തെ ഇന്ന് വലതുപക്ഷശക്തികളും അന്താരാഷ്ട്ര സന്നദ്ധസംഘടനകളും കൗശലപൂർവ്വം ഉപയോഗപ്പെടുത്തുന്നുണ്ട്. അതുകൊണ്ടുതന്നെ മാവോയിസം രൂപംകൊള്ളാനിടയുള്ള ലോകസാഹചര്യത്തെയും അതിന്റെ പ്രത്യയശാസ്ത്ര അടിസ്ഥാനങ്ങളെയും വസ്തുനിഷ്ഠമായ വിശകലനത്തിലൂടെ തുറന്നുകാട്ടേണ്ടതുണ്ട്. ജനാധിപത്യത്തിനും സോഷ്യലിസത്തിനും വേണ്ടിയുള്ള സമരങ്ങളെ ദുർബ്ബലപ്പെടുത്തുന്ന മാവോയിസത്തിന്റെ തെറ്റായ രാഷ്ട്രീയത്തെ പ്രതിരോധിക്കുന്നതിനാവശ്യമായ പ്രത്യയശാസ്ത്ര വ്യക്തത കൈവരിക്കുക എന്നത് വളരെ പ്രധാനമാണ്. നമ്മുടെ രാജ്യത്തും ആഗോളതലത്തിലും ഇടതുപക്ഷ തീവ്രവാദം നേരിട്ട തിരിച്ചടികളുടെ ചരിത്രത്തിൽ നിന്ന് പാഠം പഠിക്കാത്തവരാണ് ഇപ്പോഴും മാവോയിസത്തെ വിമോചന പ്രത്യയശാസ്ത്രമായി പുനരാനയിക്കുന്നത്.

മാവോയിസ്റ്റ് പാർട്ടികൾക്ക് സംഭവിച്ചത്

വിപ്ലവത്തിന്റെ ആസന്നസാദ്ധ്യതകളിൽ ആവേശഭരിതരായി സായുധ സമരമാരംഭിച്ച അറുപതുകളിലെ എം എൽ പാർട്ടികൾ നേരിട്ട തിരിച്ചടികളുടെ രാഷ്ട്രീയവും പ്രത്യയശാസ്ത്രപരവുമായ കാരണങ്ങൾ പരിശോധിക്കുന്നതിന് മുമ്പ് അത്തരം സംഘടനകളുടെ ദുരന്ത പരിണതികളെ അറിയേണ്ടതുണ്ട്. സി പി എസ് യുവും സി പി സിയും തമ്മിലുള്ള മഹത്തായ സംവാദത്തിന്റെ കാലത്ത് സി പി സി ലൈൻ അംഗീകരിച്ച പാർട്ടിയായിരുന്നു ഇന്തോനേഷ്യൻ കമ്മ്യൂണിസ്റ്റ് പാർട്ടി. ലോകത്തിലെ അംഗത്വംകൊണ്ട് മൂന്നാമത്തെ പാർട്ടിയും ഇന്തോനേഷ്യയിലെ ഏറ്റവും വലിയ രാഷ്ട്രീയ പാർട്ടിയുമായിരുന്നു ഇന്തോനേഷ്യൻ കമ്മ്യൂണിസ്റ്റുപാർട്ടി. 1965 ൽ സുഹാർത്തോ എന്ന സൈനിക മേധാവിയെ ഉപയോഗിച്ച് സി ഐ എ നടത്തിയ കൂട്ടക്കൊലയിൽ അഞ്ചുലക്ഷം കമ്മ്യൂണിസ്റ്റുകാർക്കാണ് ജീവൻ നഷ്ടപ്പെട്ടത്. സാർവ്വദേശീയ പ്രസ്ഥാനത്തിലെ ഭിന്നതകളും തങ്ങളെ സ്വാധീനിച്ച വിഭാഗീയ രാഷ്ട്രീയ നിലപാടുകളുംമൂലം കൂട്ടായ ഒരു പ്രതിരോധംപോലും അസാദ്ധ്യമായിത്തീരുകയായിരുന്നുവെന്ന് പിന്നീട് ഇന്തോനേഷ്യൻ പാർട്ടി ഖേദപൂർവ്വം വിലയിരുത്തിയിട്ടുണ്ട്.

ഫിലിപ്പീൻസിലെ കമ്മ്യൂണിസ്റ്റ് പാർട്ടി മൊത്തത്തിൽതന്നെ സായുധ സമരനിലപാട് സ്വീകരിക്കുകയും 10,000 വരെ അംഗസംഖ്യയുള്ള ന്യൂ പീപ്പിൾസ് ആർമി രൂപീകരിക്കുകയും ചെയ്തു. പർവ്വതമേഖലയിൽ കർഷകസഹായത്തോടെ ദശകങ്ങൾ നീണ്ടുനിന്ന പോരാട്ടം നടത്തി.

ഫലത്തിൽ സംഭവിച്ചത് കേന്ദ്ര രാഷ്ട്രീയത്തെ നിർണ്ണയിക്കുന്ന രാഷ്ട്രീയ പ്രക്രിയകളിൽനിന്ന് ഫിലിപ്പീൻ പാർട്ടി അകറ്റപ്പെടുകയായിരുന്നു. അർദ്ധഫ്യൂഡൽ-അർദ്ധകൊളോണിയൽ സമൂഹം, കാർഷികവിപ്ലവം, ദീർഘകാല ജനകീയ യുദ്ധം എന്നെല്ലാമുള്ള തത്ത്വങ്ങൾ ഉരുവിട്ട് പിന്നോക്കപ്രദേശങ്ങളിൽ അവർ ഒതുങ്ങിക്കഴിഞ്ഞു.

ചൈനീസ്‌വിപ്ലവത്തിന്റെ യാന്ത്രികമായ അനുകരണം പുരോഗമിച്ച വർഗ്ഗങ്ങളിൽനിന്നും പൊതു രാഷ്ട്രീയമണ്ഡലത്തിൽനിന്നും സ്വയം മാറുന്നതിലേക്കാണ് അവരെ എത്തിച്ചത്. ആധുനിക സാമൂഹ്യരാഷ്ട്രീയത്തിന്റെ എല്ലാ തുറകളും ബുർഷ്വാസിക്ക് വിട്ടുകൊടുക്കുകയാണ് ഫിലിപ്പീൻസ് പാർട്ടി അവരുടെ വരട്ടുതത്ത്വവാദം മൂലം ചെയ്തത്. അമേരിക്കൻ കാർമ്മികത്വത്തിലുള്ള മാർക്കോസ് സ്വേച്ഛാധിപത്യത്തിനെതിരെ അതിശക്തമായ ജനകീയ പോരാട്ടം കത്തിപ്പടരുകയും അയാൾക്ക് നാടു വിട്ടോടിപ്പോകേണ്ടിവരികയും ചെയ്യുന്നിടംവരെ വികസിച്ച രാഷ്ട്രീയ സ്ഥിതിയിൽ ഫലപ്രദമായി ഇടപെടാനോ പ്രതിസന്ധിഘട്ടത്തെ ഉപയോഗപ്പെടുത്തുവാനോ ഫിലിപ്പീൻ പാർട്ടിക്ക് കഴിഞ്ഞില്ല. സായുധസമരത്തിന്റെ പേരിൽ ഗുഹാജീവികളെപ്പോലെ ഒളിഞ്ഞുകഴിയുന്ന ഒരു രാഷ്ട്രീയത്തിന്റെ ദുരന്തപൂർണ്ണമായൊരു പരിണതിയാണ് ഫിലിപ്പീൻ മാവോയിസ്റ്റുകളുടേത്. ഇന്ന് വളരെ ദുർബ്ബലമായൊരു വിഭാഗമായി ഫിലിപ്പീൻ ന്യൂ പീപ്പിൾസ് ആർമി നിലനില്ക്കുന്നുണ്ടെന്നുമാത്രം. നവകൊളോണിയൽ നയങ്ങൾക്കെതിരെ ഒരു ഇടപെടലും നടത്താനാവാത്തവിധം ഫിലിപ്പീൻസ് പാർട്ടി ദുർബ്ബലമായി കഴിഞ്ഞു.

ഇതിനേക്കാൾ ദുരന്തപൂർണ്ണമാണ് മലേഷ്യൻ എം എൽ പാർട്ടിയുടെ അനുഭവം. തായ്‌ലന്റ് അതിർത്തിയിലുള്ള വനപ്രദേശങ്ങളിൽ പതിനായിരക്കണക്കിന് അംഗങ്ങളുള്ള സായുധസേനകളുടെ ക്യാമ്പുകളും താവളങ്ങളും അവർ സ്ഥാപിച്ചിരുന്നു. മാവോയിസത്താൽ പ്രചോദിതമായി സായുധസമരം ഊർജ്ജിതമാക്കിയവർ പെട്ടെന്ന് തന്നെ ലോക ശ്രദ്ധ പിടിച്ചുപറ്റി. ചൈനയിലെ കാന്റണിൽനിന്നും ആറ് ഭാഷകളിൽ റേഡിയോ പ്രക്ഷേപണങ്ങൾ അവർ ദീർഘകാലം നടത്തിയിരുന്നു. എന്നാൽ മറ്റെല്ലാ മാവോയിസ്റ്റ് ഗ്രൂപ്പുകളെയും പോലെ രണ്ട് ലൈൻസമരവും പിളർപ്പും പിന്നീട് സൈനികവിഭാഗങ്ങൾ തമ്മിലുള്ള ഏറ്റുമുട്ടലുകളും എല്ലാമായി അവർ തകരുകയാണുണ്ടായത്.

കംബോഡിയൻ പാർട്ടി ലിൻപിയോവോ സിദ്ധാന്തങ്ങൾക്ക് അടിപ്പെട്ട് സ്വയംതന്നെ ഭീകരമായൊരു പതനത്തിലേക്കാണ് എത്തിയത്. സ്വന്തം മാർക്സിസ്റ്റ് പ്രയോഗവുമായി പോൾപോട്ട് ആ പാർട്ടിയെ അതി വിചിത്രവും ക്രൂരവുമായൊരു അവസ്ഥയിലേക്കാണ് നയിച്ചത്. 1962 ൽ കംബോഡിയൻ കമ്മ്യൂണിസ്റ്റ് പാർട്ടിയുടെ നേതൃത്വത്തിലേക്കുയർന്ന പോൾപോട്ടാണ് ഖമർറൂഷ് (Red combodians) എന്ന ഗറില്ലാസേനയ്ക്ക് രൂപംകൊടുത്തത്. സിഹാനൂക് രാജകുമാരന്റെ നേതൃത്വത്തിലുള്ള കംബോഡിയയിലെ അർദ്ധഫ്യൂഡൽ-അർദ്ധകൊളോണിയൽ വ്യവസ്ഥ

ക്കെതിരായ സായുധസമര സിദ്ധാന്തമായിരുന്നു പോൾപോട്ടിന്റെ മാർക്സിസം.

1970 ൽ സിഹാനൂക് രാജകുമാരനെതിരെ അമേരിക്കൻ പിന്തുണ യോടെ ജനറൽ ലോൺനോൾ സൈനിക അട്ടിമറി നടത്തി. തുടർന്ന് ലോൺനോളിന്റെ പട്ടാളവുമായി ഖമർറൂഷ് ഏറ്റുമുട്ടി. അഞ്ച് വർഷക്കാലം നീണ്ടുനിന്ന അഭ്യന്തര യുദ്ധത്തിനൊടുവിൽ 1975 ൽ ഖമർറൂഷ് കംബോ ഡിയൻ തലസ്ഥാനം പിടിച്ചടക്കി. കംബോഡിയയിൽ പോൾപോട്ട് ആരം ഭിച്ച സോഷ്യലിസ്റ്റ് നിർമ്മാണം ആധുനിക തൊഴിലാളി വർഗ്ഗത്തിന്റെ സിദ്ധാന്തങ്ങളെയും പ്രയോഗാനുഭവങ്ങളെയും നിഷേധിക്കുന്നതായി രുന്നു. ഒരു പിന്നോക്ക കർഷകസമൂഹത്തിലേക്കുള്ള തിരിച്ചുപോക്കാണ് നവകൊളോണിയൽ ചൂഷണമവസാനിപ്പിച്ച് സോഷ്യലിസ്റ്റ് കമ്മ്യൂണിസ്റ്റ് സമൂഹം കെട്ടിപ്പടുക്കാനുള്ള വഴിയെന്നായിരുന്നു പോൾപോട്ടിന്റെ നില പാട്. അത്യന്തം യാന്ത്രികവും സിദ്ധാന്തശാഠ്യപരവുമായ പോൾപോട്ടിസം കംബോഡിയയെ ദുരന്തപൂർണ്ണമായ അവസ്ഥയിലേക്കാണെത്തിച്ചത്.

ചൈനീസ് ലൈനിൽനിന്ന് സി പി സിയുടെ വ്യതിയാനങ്ങളിൽ നിന്നും ഒഴിഞ്ഞുനിന്ന തെക്കനേഷ്യയിലെ അധികാരത്തിലെത്തിയ ഏക പാർട്ടിയായിരുന്നു ഹോചിമിൻ നേതൃത്വം നല്കിയ വിയറ്റ്നാം പാർട്ടി. തങ്ങളുടേതായ വസ്തുനിഷ്ഠ സ്ഥിതികൾക്കനുസൃതമായി മാർക്സിസം പ്രയോഗിക്കാനും സായുധസമരം വിജയപ്രദമായി നടത്തുവാനും വിയറ്റ്നാമീസ് പാർട്ടിക്ക് കഴിഞ്ഞത് സ്വതന്ത്രമായൊരു നിലപാട് കൊണ്ടുതന്നെയായിരുന്നു. കോമിന്റേണിന്റെ കൃത്യമായ ഉപദേശനിർദ്ദേ ശങ്ങളനുസരിച്ചാണ് ചൈന, വിയറ്റ്നാം, കൊറിയ എന്നിവിടങ്ങളിൽ കമ്യൂ ണിസ്റ്റ് പാർട്ടി വളർന്നതും അധികാരത്തിലെത്തിയതുമെന്നുള്ള കാര്യം പ്രത്യേകശ്രദ്ധ അർഹിക്കുന്നതാണ്.

യൂറോപ്പിൽ തുർക്കിയിലാണ് ജനസ്വാധീനമുള്ളതും സായുധസമരം നടത്താൻ കഴിഞ്ഞതുമായ നിലപാട് സ്വീകരിച്ച പാർട്ടിയുണ്ടായിരുന്നത്. സായുധസമരപദ്ധതികളും വിഭാഗീയനിലപാടുകളുംമൂലം തുർക്കിയിലെ പാർട്ടി ശിഥിലമാവുകയാണുണ്ടായത്. അൽബേനിയയിലെ അൻവർ ഹോജ നേതൃത്വം കൊടുത്ത പാർട്ടിയും ഇതേ ഗതിയിൽ അവസരവാദ നിലപാടുകളിൽപെട്ട് തകരുകയാണുണ്ടായത്. യൂറോപ്പിലെ പല രാജ്യ ങ്ങളിലും മാവോ ചിന്തയെ ഉയർത്തിപ്പിടിച്ചുകൊണ്ട് പല പല ചെറിയ എം എൽ പാർട്ടികൾ രൂപംകൊണ്ടെങ്കിലും അവയിലൊന്നുപോലും വളർന്നു പ്രസക്തമായയൊരു രാഷ്ട്രീയപാർട്ടിപോലുമായില്ല.

പില്ക്കാലത്ത് മാവോചിന്ത ഉയർത്തിപ്പിടിച്ച് രംഗത്തുവന്ന പാർട്ടി കളിൽ ശ്രദ്ധേയമായത് പെറുവിലെ ഷൈനിങ്പാത്ത് വിഭാഗമായിരുന്നു. ഷൈനിങ് പാത്ത് വിശാല പിന്നോക്ക പ്രദേശമായ ആൻഡീസ് പർവ്വത നിരകൾ വിമോചിത മേഖലയാക്കിക്കൊണ്ട് ശക്തമായ സായുധസമരം അഴിച്ചുവിട്ടു. ഔദ്യോഗികസേനയ്ക്ക് വെല്ലുവിളി ഉയർത്തുന്ന സൈനികമുന്നേറ്റങ്ങൾക്ക് നേതൃത്വംകൊടുക്കുന്ന ജനകീയ ഗറില്ലാസേന

യാണ് തങ്ങളുടേതെന്നാണ് ഷൈനിങ്പാത്ത് നേതാവ് ഗോൺസാലോ അക്കാലത്ത് അവകാശപ്പെട്ടത്. അമേരിക്കൻ മാവോയിസ്റ്റ്ഗ്രൂപ്പായ ആർ സി പി യു എസ് എയുടെ നേതാവ് ബോബ് അവാക്കിൻ സാർവ്വദേ ശീയ പ്രസ്ഥാനം കെട്ടിപ്പടുക്കാനുള്ള നീക്കങ്ങളിലൂടെയാണ് മാവോയി സ്റ്റുകൾക്കിടയിൽ ശ്രദ്ധേയനായത്. ഈ യുഗത്തിലെ മാർക്സിസത്തെ മാവോയിസമായി വികസിപ്പിച്ച സൈദ്ധാന്തികാചാര്യന്മാരായി അവാ ക്കിനും ഗോൺസാലോയും ഉയർത്തിക്കാണിക്കപ്പെട്ടിരുന്നു! അവാക്കിൻ മാർക്സിസം-ലെനിനിസം-മാവോചിന്തയെ മാവോയിസമായി വികസി പ്പിച്ചു. പുതിയ യുഗത്തിന്റെ മാർക്സിസം മാവോയിസമാണെന്ന് പ്രഖ്യാ പിച്ചു.

പെറുവിൽ ഷൈനിങ്പാത്ത് മാവോയിസത്തെ ഗോൺസാലോ ചിന്തയായിക്കൂടി വികസിപ്പിച്ച്, അപ്രമാദിത്വമായ നേതൃത്വമായി ഗോൺസാലോയെ അവരോധിച്ചു. നിരന്തരമായ തിരിച്ചടികളും ജനങ്ങ ളിൽനിന്നുള്ള ഒറ്റപ്പെടലും ഷൈനിങ്പാത്തിന്റെ ശിഥിലീകരണത്തിന് വഴിയൊരുക്കി. ഗോൺസാലോ അറസ്റ്റ് ചെയ്യപ്പെട്ടതോടെ ആ പാർട്ടിയും പിളർപ്പിൽ നിന്ന് പിളർപ്പിലേക്ക് അധഃപതിച്ചു. എൺപതുകളിൽ മാവോ യിസ്റ്റ് വിപ്ലവമുന്നേറ്റങ്ങളിലൂടെ ലോകമെമ്പാടുമുള്ള ഇടതുതീവ്രവാദി കളെ ആവേശംകൊള്ളിച്ച പെറുവിലെ ഷൈനിങ്പാത്തിന്റെ ദുരന്ത പൂർണ്ണമായ തകർച്ച ഇന്ത്യൻ മാവോയിസ്റ്റുകൾക്ക് പാഠമാകേണ്ടതാണ്.

ഇന്ത്യൻ മാവോയിസ്റ്റുകളെപ്പോലെ വലിയ അവകാശവാദങ്ങളും മുന്നേറ്റ ചിത്രങ്ങളുമാണ് ഷൈനിങ്പാത്തും മുമ്പ് അവതരിപ്പിച്ചിരുന്നത്. സായുധ ഏറ്റുമുട്ടലുകളും ആക്രമണങ്ങളുമാണ് വിപ്ലവപ്രവർത്തനമെന്ന് തെറ്റിദ്ധരിച്ച പെറ്റിബൂർഷ്വാ അരാജക നിലപാടുകളുടെ അനിവാര്യമായ തകർച്ചയാണ് പെറുവിൽ സംഭവിച്ചത്. ഇതേ വിധിതന്നെയാണ് ഇന്ത്യൻ മാവോയിസ്റ്റുകളെയും കാത്തിരിക്കുന്നത്. രാജ്യത്തിന്റെ 25% ഭൂപ്രദേശ ങ്ങൾ തങ്ങളുടെ നിയന്ത്രണത്തിലാണെന്നും 289 ജില്ലകളിൽ തങ്ങളുടെ സ്വാധീനം വ്യാപിപ്പിച്ചിരിക്കുന്നെന്നും 1,20,000 സ്ക്വയർ കിലോമീറ്റർ ഏരിയ ഗറില്ലാമേഖലയായി മാറ്റിയിരിക്കുന്നുവെന്നെല്ലാമാണല്ലോ മാവോ യിസ്റ്റ് പ്രസിദ്ധീകരണങ്ങൾ അവകാശപ്പെട്ടുകൊണ്ടിരിക്കുന്നത്. എൺപ തുകളിൽ പെറുവിലെ ഷൈനിങ്പാത്തും ഇതുപോലുള്ള ആവേശകര മായ വിവരണങ്ങളുമായിട്ടാണ് മാവോയിസത്തിന്റെ ആകർഷണവലയി ലേക്ക് പുതിയ തലമുറയെ നേടിയെടുക്കുവാൻ ശ്രമിച്ചത്.

ചരിത്രത്തിൽ നിന്ന് പാഠങ്ങൾ പഠിക്കുവാൻ വിസമ്മതിക്കുന്ന മാവോ യിസ്റ്റുകൾ പ്രത്യയശാസ്ത്രപരമായ അന്ധതയിൽ വീണുപോയിരി ക്കുന്നു. സാമ്രാജ്യത്വത്തിന്റെ ആസന്നതകർച്ചയെയും വിപ്ലവത്തിന്റെ ഉടൻ വിജയത്തെയുംകുറിച്ചുള്ള സി പി സിയുടെ ഒമ്പതാം കോൺഗ്രസ് മുന്നോട്ടുവെച്ച, വസ്തുനിഷ്ഠമായ യാഥാർത്ഥ്യങ്ങൾക്ക് നിരക്കാത്ത വീക്ഷണങ്ങളാണ് അവരെ ഇപ്പോഴും ഭരിക്കുന്നത്. വിപ്ലവം അതിവേഗം സാദ്ധ്യമാണെന്നാണ് മാവോയിസ്റ്റ് വ്യാമോഹം. പാർലമെന്ററിസത്തെ

എതിർക്കുന്നതിന്റെ പേരിൽ തിരഞ്ഞെടുപ്പ് ബഹിഷ്കരണത്തെ ഒരു തന്ത്രപരമായ വിഷയമാക്കുന്ന പെറ്റിബൂർഷ്വാ ചിന്തകൾ അന്ധമായ പഴയ ചൈനീസ് പാതയുടെ സ്വാധീനമായിട്ടേ കാണാൻ കഴിയൂ. വിപ്ലവ പൂർവ്വചൈനയെ വാർപ്പ് മാതൃകയാക്കുന്ന അർദ്ധകൊളോണിയൽ അർദ്ധ ഫ്യൂഡൽ വിലയിരുത്തലുകളിൽ തന്നെ മുറുകെ പിടിക്കുന്ന വരട്ടു തത്ത്വവാദമാണിന്ന് മാവോയിസ്റ്റുകളെ സ്വാധീനിക്കുന്നത്. പഴയ ചൈനാ രാധനയുടേതായ ഇടതുവിചാരങ്ങളാണ് സായുധ സമരത്തെ ഏകമാത്ര സമരരൂപമാക്കുന്ന ജനകീയ യുദ്ധപാതയിൽ മാവോയിസ്റ്റുകളെ തള ച്ചിട്ടിരിക്കുന്നത്.

മാർക്സിസ്റ്റ് രീതിയിൽ ദീർഘകാല അടിസ്ഥാനത്തിൽ വർഗ്ഗബ ഹുജന പ്രസ്ഥാനങ്ങൾ കെട്ടിപ്പടുക്കുവാനും ജനാധിപത്യത്തിനുവേണ്ടി യുള്ള സമരങ്ങളിൽ ബഹുജനങ്ങളെ അണിനിരത്തുവാനും കഴിയാത്ത വിപ്ലവ വായാടികളുടെയും തീവ്രവാദികളുടെയും വഴിയാണിന്ന് മാവോ യിസം. സംഘടിത ഇടതുപക്ഷപ്രസ്ഥാനങ്ങൾക്കെതിരെ ഗൂഢാലോച നകളും ഉപജാപങ്ങളും നടത്തി ബൂർഷ്വാവലതുപക്ഷത്തിന്റെ അഭീഷ്ട ങ്ങൾക്കനുസരിച്ച് വിപ്ലവകാരികളായ ബഹുജനരാഷ്ട്രീയ പ്രവർത്ത കരെ ഉന്മൂലനം ചെയ്ത് രസിക്കുകയാണവർ. ബംഗാളിൽ മമതയുമായി ചേർന്ന് മാവോയിസ്റ്റുകൾ നടത്തിയ ഇടതുപക്ഷവേട്ട സമകാലീന ഇന്ത്യൻ രാഷ്ട്രീയത്തെ നിർണ്ണയിക്കുന്ന വർഗ്ഗശക്തികളെക്കുറിച്ചും സാമൂഹ്യപുരോഗതിയുടെ രാഷ്ട്രീയത്തെക്കുറിച്ചുമുള്ള അവരുടെ അപ കടകരമായ അജ്ഞതയെയാണ് വെളിവാക്കിയത്. വലതുപക്ഷ അജണ്ട ഒളിപ്പിച്ചുവെച്ച ഇടതുപക്ഷ വാചകമടി മാത്രമാണ് മാവോയിസ്റ്റുകളുടെ വിപ്ലവപ്രവർത്തനമെന്നാണ് ബംഗാളിലെ സംഭവങ്ങളും നിഷ്ഠുരമായ കൊലപാതകങ്ങളും സാക്ഷ്യപ്പെടുത്തുന്നത്.

ഇടതുപക്ഷ തീവ്രവാദത്തിന്റെ പ്രത്യയശാസ്ത്ര അടിസ്ഥാനം

1960 കളിൽ രൂപംകൊണ്ട ഇടതുപക്ഷ തീവ്രവാദഗ്രൂപ്പുകളെ നിർണ്ണ യിച്ച രാഷ്ട്രീയ പ്രത്യയശാസ്ത്രനിലപാടുകൾ കൂടുതൽ വിഭാഗീയത യോടെ പിന്തുടരുകയാണ് മാവോയിസ്റ്റുകൾ. നക്സൽബാരിക്കുശേഷം രൂപംകൊണ്ട സി പി ഐ (എം എൽ)യുടെ നിലപാടുകളിൽ അഭിരമി ക്കുന്ന പീപ്പിൾസ്വാറും, ചാരുമജുംദാറുമായുള്ള അഭിപ്രായവ്യത്യാസം മൂലം പാർട്ടി രൂപീകരണത്തിൽ നിന്ന് മാറിനിന്ന കാനായി ചാറ്റർജി നേതൃത്വം കൊടുത്ത മാവോയിസ്റ്റ് കമ്യൂണിസ്റ്റ് സെന്ററും ലയിച്ചാണല്ലോ സി പി ഐ (മാവോയിസ്റ്റ്) രൂപംകൊണ്ടത്. മാവോയിസമായി രൂപാ ന്തരം നേടിയ ഇടതുപക്ഷ തീവ്രവാദത്തിന്റെ പ്രത്യയശാസ്ത്രാദിസ്ഥാ നങ്ങളെ വിശകലനം ചെയ്തുകൊണ്ടും അതിന്റെ തെറ്റായ രാഷ്ട്രീ യത്തെ തുറന്ന് കാട്ടിക്കൊണ്ടും മാത്രമേ മാവോയിസത്തിന്റെ രാഷ്ട്രീ യമായ ദുഃസ്വാധീനത്തിൽപെട്ടുപോയവരെ മാറ്റിയെടുക്കാൻ കഴിയൂ.

1960 കളിൽ സാർവ്വദേശീയതലത്തിൽ സാമ്രാജ്യത്വവും സോഷ്യ

ലിസവും തമ്മിൽ നിലനില്ക്കുന്ന വൈരുദ്ധ്യവും ലോകചരിത്രഗതികളെ നിർണ്ണയിക്കുന്നതിൽ ഈ വൈരുദ്ധ്യത്തിന്റെ പ്രാധാന്യവും നിരാകരി ക്കുക വഴി ഒരു കമ്യൂണിസ്റ്റുപാർട്ടിയുടെ അടിസ്ഥാനമാകേണ്ട പ്രത്യയ ശാസ്ത്രനിലപാടുകളാണ് മാവോയിസ്റ്റുകൾ ഉപേക്ഷിച്ചത്. 1969 ലെ ചൈനീസ് പാർട്ടിയുടെ ഒമ്പതാം കോൺഗ്രസിൽ ലിൻപിയാവോ അവ തരിപ്പിച്ചതും പിന്നീട് സി പി സിയുടെ പത്താം കോൺഗ്രസ് തിരുത്തി യതുമായ തെറ്റായ പ്രത്യയശാസ്ത്ര ധാരണകളാണ് മാവോയിസ്റ്റുകൾ പിൻപറ്റുന്നത്. കമ്യൂണിസ്റ്റ് പാർട്ടിയുടെ വർഗ്ഗസത്തയെ തന്നെ നിഷേ ധിക്കുന്നതാണ് സാമ്രാജ്യത്വവും സോഷ്യലിസ്റ്റ് ശക്തികളും തമ്മിലുള്ള വൈരുദ്ധ്യത്തെ നിഷേധിക്കുന്ന നിലപാടുകൾ. തീർച്ചയായും സി പി സി ലിൻപിവോയിസ്റ്റ് നിലപാടുകൾക്ക് അടിപ്പെട്ട കാലത്ത് ഈ വൈരു ദ്ധ്യത്തെ നിഷേധിച്ചുകൊണ്ടെടുത്ത തെറ്റായ വിശകലനങ്ങളെ പിൻപ റ്റിയതാണ് മാവോയിസ്റ്റുകൾക്ക് ശരിയായ വർഗ്ഗലൈൻ നഷ്ടപ്പെടുത്തി യത്.

വലതുപക്ഷ അവസരവാദവും ഇടതുപക്ഷ തീവ്രവാദവും ഒരു നാണയത്തിന്റെ രണ്ടുവശങ്ങൾ മാത്രമാണെന്ന മാർക്സിസ്റ്റ് – ലെനി നിസ്റ്റ് നിരീക്ഷണത്തെ ആവർത്തിച്ച് തെളിയിക്കുന്നതായിരുന്നു അറുപ തുകളിലെ സാർവ്വദേശീയ പ്രസ്ഥാനത്തിനകത്ത് നടന്ന ആശയസമര ത്തിലെ ഇരുവ്യതിയാനങ്ങളും. വർത്തമാനഘട്ടം സാമ്രാജ്യത്വത്തിന്റെയും തൊഴിലാളിവർഗ്ഗ വിപ്ലവത്തിന്റെയും യുഗമാണെന്ന ലെനിനിസ്റ്റ് വില യിരുത്തലുകളുടെ അന്തഃസത്തയെതന്നെ നിഷേധിച്ചുകൊണ്ടാണല്ലോ ക്രൂഷ്ചേവിയൻ തിരുത്തൽവാദം സാർവ്വദേശീയ പ്രസ്ഥാനത്തെ തെറ്റായി സ്വാധീനിച്ചത്.

ക്രൂഷ്ചേവ് മുന്നോട്ടുവെച്ച മൂന്ന് സമാധാനപരമായ തത്ത്വങ്ങൾക്കാ ധാരമായ വിലയിരുത്തൽ, സാമ്രാജ്യത്വത്തിന്റെ പൂർണ്ണമായ പതനത്തി ന്റെയും തൊഴിലാളിവർഗ്ഗ വിപ്ലവങ്ങളുടെ സാർവ്വത്രികമായ വിജയത്തി ന്റേതുമാണ് വർത്തമാന ലോകസാഹചര്യമെന്നതായിരുന്നു. സാമ്രാജ്യ ത്വവും സോഷ്യലിസവും തമ്മിലുള്ള വൈരുദ്ധ്യത്തെ ലഘൂകരിച്ചുകാ ണുന്ന വിശകലനമാണ് ക്രൂഷ്ചേവ് സ്വീകരിച്ചത്. ക്രൂഷ്ചേവൈറ്റുകൾ ലോകമെങ്ങും ഇതിനെ ഒരു പുതിയയുഗത്തിന്റെ ഉദയമായി അവതരി പ്പിക്കുകയും ചെയ്തു. ക്രൂഷ്ചേവ് മുന്നോട്ടുവെച്ച സമാധാനപരമായ സഹവർത്തിത്വത്തിന് ആധാരമായ വിലയിരുത്തലാണ് മോസ്കോ പ്രഖ്യാപനത്തിൽ പ്രതിഫലിച്ചത്. ലോകത്തിലെ മൊത്തം ഉല്പാദന ത്തിൽ സോഷ്യലിസം മുതലാളിത്തത്തെ പരാജയപ്പെടുത്തുവാൻ പോവു കയാണ് എന്നിങ്ങനെ മോസ്കോ പ്രഖ്യാപനം നടത്തുന്ന വിലയിരുത്ത ലുകൾ സാമ്രാജ്യത്വത്തിന്റെയും തൊഴിലാളിവർഗ്ഗ പ്രസ്ഥാനത്തിന്റെയും ബലദൗർബല്യങ്ങളെ ലളിതവല്ക്കരിച്ചു കാണുന്നതും അവ തമ്മിലുള്ള വൈരുദ്ധ്യത്തിലെ രാഷ്ട്രീയവും സാമ്പത്തികവുമായ പാരസ്പര്യത്തെ അവഗണിക്കുന്നതുമാണ്.

സി പി ഐ (എം) ന്റെ 20-ാം പാർട്ടി കോൺഗ്രസ് വിശകലനം ചെയ്തതുപോലെ ലോകസംഭവഗതികളെ നിർണ്ണയിക്കുന്നതിൽ സാമ്രാ ജ്യത്വത്തിനുണ്ടായിരുന്ന ആധിപത്യം പൂർണ്ണമായി നഷ്ടപ്പെട്ടിരിക്കുന്നു വെന്നും ചരിത്രത്തിന്റെ വികാസഗതിയെ നിർണ്ണയിക്കുന്നതിൽ നിർണ്ണാ യകശക്തിയായി സോഷ്യലിസ്റ്റ് വ്യവസ്ഥ മാറിയിരിക്കുന്നുവെന്നെല്ലാ മുള്ള വിശകലനങ്ങൾ സാമ്രാജ്യത്വമൂലധന വ്യവസ്ഥയുടെ സാങ്കേതി കരംഗത്തെ മുന്നേറ്റങ്ങളെ ഉപയോഗപ്പെടുത്തിക്കൊണ്ടുള്ള അതിജീവ നത്തെയും നവകൊളോണിയൽ ചൂഷണഘടനകളുടെ വികാസത്തെയും അവഗണിക്കുന്നതായിരുന്നു.

സാമ്രാജ്യത്വത്തിന്റെ നവകൊളോണിയലിസത്തെ സാമ്പത്തിക മത്സരത്തിലൂടെ ഇല്ലാതാക്കുവാൻ കഴിയുന്നതരത്തിൽ സോഷ്യലിസ്റ്റ്‌വ്യ വസ്ഥ പ്രാമുഖ്യം നേടിക്കഴിഞ്ഞുവെന്ന വിലയിരുത്തൽ അതീവ ലളി തവും ആഫ്രോ-ഏഷ്യൻ, ലാറ്റിനമേരിക്കൻ നാടുകളിലെ വിമോചന പോരാട്ടങ്ങളെ ദുർബ്ബലപ്പെടുത്തുന്നതുമായിരുന്നു. ക്രൂഷ്ചേവിയൻ നില പാടുകൾ വർഗ്ഗസമരത്തെ കൈയൊഴിയുന്നതിലേക്കാണ് സാർവ്വദേശീയ പ്രസ്ഥാനത്തെ എത്തിക്കുക എന്നതായിരുന്നല്ലോ മഹത്തായ സംവാദ കാലത്തെ സി പി സിയുടെ വിമർശനം. ക്രൂഷ്ചേവൈറ്റ് നിലപാടു കൾക്കെതിരായ സമരത്തെ കൂടുതൽ ഇടത്തോട്ട് വലിച്ചുകൊണ്ടാണ് ഇത് പുതുയുഗമാണെന്നും മാവോ ചിന്ത പുതുയുഗത്തിന്റെ സിദ്ധാന്ത മാണെന്നും സി പി സി പ്രചരിപ്പിച്ചത്. വലതുപക്ഷ അവസരവാദവും ഇടതുപക്ഷ അവസരവാദവും ഇവിടെയാണ് സന്ധിയാകുന്നത്.

സി പി സിയുടെ 9-ാം കോൺഗ്രസിൽ ലിൻപിയാവോ അവതരി പ്പിച്ച നിലപാടുകൾ ഇടതുപക്ഷ വാചകമടിയിൽ പൊതിഞ്ഞ സാമ്രാ ജ്യത്വത്തിന്റെ തകർച്ചയെക്കുറിച്ചുള്ള വ്യാമോഹങ്ങളടങ്ങിയ വർത്തമാന ഘട്ടത്തെക്കുറിച്ചുള്ള അബദ്ധധാരണകളായിരുന്നു. ലോകം സാമ്രാജ്യ ത്വത്തിന്റെ പൂർണ്ണമായ തകർച്ചയുടെയും വിപ്ലവത്തിന്റെ സർവ്വതോമു ഖമായ വിജയത്തിന്റെയും കാലഘട്ടത്തിലൂടെയാണ് കടന്നുപോകുന്ന തെന്ന് പ്രസ്താവിച്ചുകൊണ്ട് ലെനിനെ തിരുത്തുകയാണ് ലിൻപിയാവോ ചെയ്തത്. മാവോ എപ്പോഴും പറഞ്ഞിട്ടുള്ളതുപോലെ സാമ്രാജ്യത്വ ത്തിന്റെയും തൊഴിലാളിവർഗ്ഗ വിപ്ലവത്തിന്റെയും യുഗമാണിതെന്ന് സി പി സിയുടെ പത്താം കോൺഗ്രസ് ലിൻപിയാവോവിനെ തിരുത്തുന്നുണ്ട്. എങ്കിലും സാർവ്വദേശീയ കമ്യൂണിസ്റ്റ് പ്രസ്ഥാനത്തിലെ തീവ്രഎടതു പക്ഷ നിലപാടുകൾക്ക് വളംവെച്ച രാഷ്ട്രീയ പ്രത്യയശാസ്ത്ര വ്യതി യാനങ്ങളെക്കുറിച്ച് അക്കാലത്ത് സി പി സിയുടെ ഭാഗത്തുനിന്ന് കാര്യ മായ പരിശോധനയൊന്നും നടന്നതായി കാണുന്നില്ല.

മാവോ ചിന്തയാണ് (ഇപ്പോൾ മാവോയിസം) വർത്തമാനകാലത്തെ മാർക്സിസം എന്ന വിലയിരുത്തലിന്റെ അടിസ്ഥാനത്തിൽ ലെനിനിസ ത്തിന്റെ അടിസ്ഥാന നിലപാടുകളെതന്നെ മാവോയിസ്റ്റ് സംഘടനകൾ നിരാകരിക്കുകയായിരുന്നു. ഈയൊരു പ്രത്യയശാസ്ത്രപരമായ വ്യതി

യാനമാണ് വർഗ്ഗബഹുജന സംഘടനകൾ കെട്ടിപ്പടുക്കുന്നതും പാർല മെന്ററി സമരങ്ങളിൽ പങ്കെടുക്കുന്നതും സാമ്പത്തിക സമരങ്ങൾ നട ത്തുന്നതും തിരുത്തൽവാദത്തിലേക്കുള്ള രാജപാതയാണെന്ന വിലയി രുത്തലുകളിലേക്ക് മാവോയിസ്റ്റുകളെ എത്തിച്ചത്.

സോവിയറ്റ് യൂണിയൻ സോഷ്യൽ സാമ്രാജ്യത്വമായി പരിണമിച്ചു കഴിഞ്ഞുവെന്നും ഒരൊറ്റ സോഷ്യലിസ്റ്റ് രാജ്യവും നിലനില്ക്കുന്നില്ലെ ന്നുമൊക്കെയുള്ള അബദ്ധധാരണകളിൽനിന്ന് സോഷ്യലിസ്റ്റ് കമ്മ്യൂണിസ്റ്റ് പ്രസ്ഥാനത്തിനെതിരായ ബൂർഷ്വാ ചേരിയെ സഹായിക്കുന്ന നിലപാടു കളിലേക്കാണ് മാവോയിസ്റ്റുകൾ എത്തിയത്. ഇപ്പോൾ സി പി ഐ എം, സി പി ഐ പാർട്ടികളെ സോഷ്യൽ ഫാസിസ്റ്റുകളായിട്ടാണ് അവർ വില യിരുത്തുന്നത്.

സോഷ്യൽ ഫാസിസവും സോഷ്യൽ ഡെമോക്രസിയുമാണ് മുഖ്യഅപകടം എന്ന വിലയിരുത്തലിൽ നിന്ന് ഇടതുപക്ഷ വിപ്ലവശ ക്തികളെ കടന്നാക്രമിക്കാനുള്ള പ്രത്യയശാസ്ത്ര പരിസരമൊരുക്കുക യാണ് മാവോയിസ്റ്റുകൾ. സംഘടിത ഇടതുപക്ഷത്തിന് പ്രഹരമേല്പി ക്കാനുള്ള വടിയായി ബൂർഷ്വാ മാദ്ധ്യമങ്ങളും വലതുപക്ഷ രാഷ്ട്രീയ ശക്തികളും മാവോയിസ്റ്റുകളുടെ അവസരവാദ രാഷ്ട്രീയത്തിന് എല്ലാ വിധ സഹായങ്ങളും പ്രോത്സാഹനവും നല്കിപ്പോരുകയാണ്. ഇന്ന് മാവോയിസമെന്നത് എഴുപതുകളിലെ ഇടതു തീവ്രവാദ നിലപാടുകൾ മാത്രമല്ല സാമ്രാജ്യത്വ എൻ ജി ഒ രാഷ്ട്രീയവും പെറ്റിബൂർഷ്വാ അതി സാഹസികതാ നിലപാടുകളും ചേർന്ന പുതിയൊരു പ്രത്യയശാസ്ത്ര ചേരുവയാണ്. നിയോലിബറലിസത്തിന്റെ ദാർശനികാടിത്തറയായി പരി ലസിക്കുന്ന ഉത്തരാധുനിക രാഷ്ട്രീയമുന്നണിയാണത്.

ബൂർഷ്വാസിക്ക് വിടുവേല ചെയ്യുന്ന സായുധ അതിസാഹസികതാ വാദം

'നമ്മുടെ വിപ്ലവത്തെപ്പറ്റി' എന്ന ലേഖനത്തിൽ സ:ലെനിൻ എല്ലാ വിഭാഗങ്ങളിലുംപെട്ട പെറ്റിബൂർഷ്വാ വിപ്ലവവാദികളുടെ പൊതുസ്വഭാ വത്തെ വിശകലനം ചെയ്തുകൊണ്ട് വ്യക്തമാക്കുന്നത് ഇങ്ങനെയാണ്; അവർ മാർക്സിസ്റ്റുകാരാണെന്നാണ് സ്വയം വിളിക്കുന്നത്. പക്ഷേ, മാർക്സിസത്തെ സംബന്ധിച്ച അവരുടെ ധാരണ അസഹ്യമാംവിധം പാണ്ഡിത്യഗർവ്വ് നിറഞ്ഞതാണ്. മാർക്സിസത്തിൽ നിർണ്ണായകമായി ട്ടുള്ളത്, അതായത്, അതിന്റെ വിപ്ലവകരമായ വൈരുദ്ധ്യാത്മകത്വം മന സ്സിലാക്കുന്നതിൽ അവർ തികച്ചും പരാജയപ്പെട്ടിരിക്കുന്നു. വിപ്ലവത്തിന്റെ അവസരങ്ങളിൽ അങ്ങേയറ്റം അയവുള്ള സമീപനം ആവശ്യമാണെന്ന മാർക്സിന്റെ വ്യക്തമായ പ്രസ്താവനകൾ മനസ്സിലാക്കുന്നതിൽപോലും അവർ തികച്ചും പരാജയപ്പെട്ടിരിക്കുകയാണ്. മാർക്സിന്റെ വ്യക്തമായ പ്രസ്താവങ്ങളിൽ നിന്നുപോലും അവർ ഒന്നും പഠിക്കുന്നില്ല. ചൂടുള്ള പായസമിരിക്കുന്ന കിണ്ണത്തിന്റെ ചുറ്റും പൂച്ച നടക്കുന്നതുപോലെ അതിന്

ചുറ്റും നടക്കുകയുമാണ് അവർ ചെയ്യുന്നത്...

ബൂർഷ്വാസിയിൽനിന്ന് വിട്ടുമാറുന്നത് പോകട്ടെ, അവരിൽനിന്ന് ഒന്ന് വ്യതിചലിക്കാൻ പോലും ഭയപ്പെടുന്ന ഭീരുക്കളാണ് പരിഷ്കരണവാദി കളെന്ന പോലെ പെറ്റിബൂർഷ്വാ വിപ്ലവവായാടികളുമെന്നാണ് ലെനിൻ വിശദമാക്കിത്തരുന്നത്. ലെനിൻ വ്യക്തമാക്കിയതുപോലെ പെറ്റി ബൂർഷ്വാ വിപ്ലവവായാടികൾ (വസ്തുനിഷ്ഠസ്ഥിതിഗതികളെ പരിഗണിക്കാതെ യുള്ള വിപ്ലവ പ്രയോഗങ്ങൾക്കായി ശഠിക്കുന്നവർ) അങ്ങേയറ്റത്തെ ചപ്പ ടാച്ചിയും പൊങ്ങച്ചം പറച്ചിലുംകൊണ്ട് സ്വന്തം ഭീരുത്വത്തെയും ബൂർ ഷ്വാഭിമുഖ്യത്തെയും മറച്ചുപിടിക്കുന്നവരാണെന്നാണ്.

പെറ്റിബൂർഷ്വാവിപ്ലവവാദികളെ സംബന്ധിച്ച ലെനിന്റെ നിരീക്ഷ ണങ്ങളെ അന്വർത്ഥമാക്കുന്നതാണ് ഇന്ത്യൻ മാവോയിസ്റ്റുകളുടെ നില പാടുകളും പ്രവൃത്തികളും. കർഷകരുടെയും തൊഴിലാളികളുടെയും ഐക്യം സാക്ഷാൽക്കരിക്കുന്ന രാഷ്ട്രീയ സഖ്യങ്ങളെ എതിർക്കുന്ന മാവോയിസ്റ്റുകളുടെ നിലപാടുകൾ ഒരു കാരണവശാലും ജനാധിപത്യ വിപ്ലവത്തിന് സഹായകരമല്ല. അവരുടെ ബൂർഷ്വാ ആഭിമുഖ്യത്തെയും പക്ഷപാതിത്വത്തെയും ആവർത്തിച്ച് വെളിവാക്കുന്നതാണ് ബംഗാളിലെ ലാൽഗഡ് സംഭവമുൾപ്പെടെയുള്ളവ. തൃണമൂൽ കോൺഗ്രസിന്റെ പര സ്യമായ സഹായികളും വക്താക്കളുമായി ബംഗാളിലെ മാവോയിസ്റ്റു കൾ മാറുകയുണ്ടായല്ലോ.

തങ്ങളുടെ തെറ്റായ പ്രത്യയശാസ്ത്ര നിലപാടുകൾമൂലം ഇടതുപ ക്ഷത്തെ മുഖ്യ വിപത്തായികാണുന്ന ആപൽക്കരമായ നിലപാടുകളി ലാണവർ. നൂറുകണക്കിന് കമ്യൂണിസ്റ്റ് വിപ്ലവകാരികളെ ഒരു വർഷ ത്തിനുള്ളിൽ നിഷ്ഠുരമായി കൊലപ്പെടുത്തിയ ഘാതകസംഘങ്ങളായി ട്ടാണ് ബംഗാളിലിപ്പോൾ മാവോയിസ്റ്റുകൾ പ്രവർത്തന നിരതരായിരി ക്കുന്നത്. ഇത്തരം കൊലപാതകങ്ങളെയെല്ലാം സോഷ്യൽ ഫാസിസ ത്തിനെതിരായ വർഗ്ഗയുദ്ധമായിട്ടാണ് മാവോയിസ്റ്റ് പ്രസിദ്ധീകരണങ്ങൾ (*പ്രീപ്പിൾമാർച്ച്* പോലുള്ള) വിശേഷിപ്പിക്കുന്നതും ന്യായീകരിക്കുന്നതും. തൃണമൂൽ കോൺഗ്രസിനെയും മമതയുടെയും കേന്ദ്രഭരണത്തിന്റെയും സമ്പൂർണ്ണ പരിരക്ഷയിലാണ് മാവോയിസ്റ്റുകൾ ആക്രമണവും കൊല പാതകങ്ങളും അഴിച്ചുവിട്ടത്. വിദേശപണം പറ്റി പ്രവർത്തിക്കുന്ന സന്നദ്ധ സംഘടനകളുടെയും വിവിധ സ്വത്വരാഷ്ട്രീയ ഗ്രൂപ്പുകളുടെയും വിധം സകമായൊരു രാഷ്ട്രീയ സഖ്യത്തെ പിൻപറ്റിയാണ് ജാർഖണ്ഡിലും ഛത്തീസ്ഗഢിലുമെല്ലാം മാവോയിസ്റ്റുകൾ സായുധ ആക്രമനുകൾ നട ത്തുന്നത്.

ബംഗാളിലെ ഇടതുപക്ഷ സർക്കാരിനെ അട്ടിമറിക്കുക എന്ന ലക്ഷ്യ ത്തോടെയാണ് മാവോയിസ്റ്റുകൾ തൃണമൂൽ കോൺഗ്രസുമായി പൊതു ലക്ഷ്യം പങ്കിടുന്നതെന്ന് പരസ്യമായി പറയാൻ മടിയില്ലാത്തവിധം അവർ മമതയുടെ കൈയാളായല്ലോ. സി പി ഐ (മാവോയിസ്റ്റ്) നേതാവ് കിഷൻജി ഇത് തുറന്നുതന്നെ വ്യക്തമാക്കിയിട്ടുമുണ്ട്. മമതാ ബാനർജി

യുമായി ചേർന്ന് ബംഗാൾ സർക്കാരിനെ മാറ്റുന്നതിൽ മാർക്സിസ്റ്റ് വിരു ദ്ധമായി ഒന്നുമില്ലെന്നാണ് കിഷൻജി ആവർത്തിച്ചുകൊണ്ടിരിക്കുന്നത്! ലെനിൻ നിരീക്ഷിക്കുന്നതുപോലെ ഏതുതരം ചപ്പടാച്ചി വർത്തമാന ങ്ങളും തട്ടിവിട്ട് തങ്ങളുടെ വൃത്തികെട്ട ബൂർഷ്വാ വിടുവേലയെ ന്യായീ കരിക്കാൻ ഈ അതിവിപ്ലവകാരികൾക്ക് മടിയേതുമില്ലെന്നാണ് കിഷൻജി യുടെ ഇത്തരം പ്രസ്താവനകൾ സ്വയം സാക്ഷ്യപ്പെടുത്തുന്നത്. ഇതേ കിഷൻജി മമതഗവൺമെന്റിന്റെ സായുധ ഓപ്പറേഷനിൽ വധിക്കപ്പെട്ട പ്പോൾ മാവോയിസ്റ്റുകൾക്കുവേണ്ടി ശബ്ദിക്കാൻ സന്നദ്ധസംഘടനാ ബുദ്ധിജീവികളെയൊന്നും ബംഗാളിൽ ആരും കണ്ടില്ല. വലതുപക്ഷ ത്തിന്റെ കൈയിൽ കളിക്കുന്ന വിപ്ലവവാദികളുടെ ദുരന്തമാണ് ബംഗാ ളിൽ നമ്മൾ കണ്ടത്.

ചൈനയുടെ ചുവപ്പ് രാഷ്ട്രീയ അധികാരവും വർത്തമാന ലോക സാഹചര്യവും

മാവോയിസ്റ്റുകളും മാവോചിന്ത ഉയർത്തിപ്പിടിക്കുന്ന മറ്റുപല എം എൽ സംഘടനകളും ബൂർഷ്വാ ജനാധിപത്യ വിപ്ലവം പൂർത്തിയാക്കാത്ത രാജ്യങ്ങളെല്ലാം അർദ്ധകൊളോണിയൽ അർദ്ധഫ്യൂഡൽ രാജ്യങ്ങളാ ണെന്ന മിഥ്യാധാരണയിലാണ്. അത്തരം രാജ്യങ്ങളിലെല്ലാം വിപ്ലവപാത ചൈനീസ് മാതൃകയിലുള്ള ജനകീയ യുദ്ധത്തിന്റേതാണെന്നുമാണ് അവർ തെറ്റിദ്ധരിച്ചിരിക്കുന്നത്. ഇനി ബൂർഷ്വാ വിപ്ലവം വിജയിച്ച രാജ്യ ങ്ങളിൽ റഷ്യൻ മാതൃകയിൽ തൊഴിലാളിവർഗ്ഗത്തിന്റെ സായുധ ഉയിർത്തെഴുന്നേല്പാണ് വിപ്ലവപാതയെന്നും ഇത്തരക്കാർ പറയും. ഇതി നപ്പുറം മാർക്സിസത്തിന്റെ വർഗ്ഗസത്തയിൽ അധിഷ്ഠിതവും സാഹച ര്യങ്ങൾക്കനുസൃതവുമായ വിപ്ലവപാതയെക്കുറിച്ച് ചിന്തിക്കാൻ പോലും അശക്തരും അസഹിഷ്ണുക്കളുമാണ് ഇത്തരം പെറ്റിബൂർഷ്വാ വിപ്ലവ കാരികൾ.

തൊഴിലാളിവർഗ്ഗ പാർട്ടി കെട്ടിപ്പടുക്കുക, അതിനെ മാറിമാറിവരുന്ന രാഷ്ട്രീയ സാഹചര്യങ്ങൾക്കനുസൃതമായി വർഗ്ഗസമരത്തിന്റെ പാതയി ലൂടെ വളർത്തി വികസിപ്പിച്ചു സംഘടിത തൊഴിലാളി വർഗ്ഗത്തിന്റെ മുന്ന ണിപ്പടയാക്കുക, തൊഴിലാളിവർഗ്ഗ നേതൃത്വത്തിൽ മറ്റിതരവർഗ്ഗങ്ങളെയും സാമൂഹ്യവിഭാഗങ്ങളെയും അണിനിരത്തുക, ഇതിനായി എല്ലാവിധ സമര രൂപങ്ങളെയും സമർത്ഥമായി ഉപയോഗിക്കുക എന്നിങ്ങനെയുള്ള ലെനി നിസ്റ്റ് സമീപനങ്ങളെയാകെ തിരുത്തൽവാദവും സായുധസമരം കൈയൊഴിയലുമായിട്ടാണ് മാവോയിസ്റ്റുകൾ കാണുന്നത്.

ചൈനയിലെ ചുവപ്പ് രാഷ്ട്രീയാധികാരത്തെ സംബന്ധിച്ച് മാവോ സെതുങ് നടത്തിയിട്ടുള്ള വിലപ്പെട്ട വിശകലനങ്ങൾ പോലും ഈ പെറ്റി ബൂർഷ്വാ സാഹസികതാവാദികൾക്ക് മനസ്സിലായിട്ടില്ല. ചൈനീസ് മാതൃ കയിലെ ജനകീയ യുദ്ധപാതയെയും വിമോചന പ്രദേശങ്ങൾ സൃഷ്ടിച്ച്

നഗരങ്ങളെ വളയുന്നതിനെയും കുറിച്ച് അന്ധമായി വാചകമടിക്കുന്ന മാവോയിസ്റ്റ് ബുദ്ധിജീവികൾ ലെനിനെ വായിക്കുന്നില്ലെങ്കിലും മാവോ യെയെങ്കിലും വായിക്കുവാൻ തയ്യാറാകേണ്ടതാണ്.

ചൈനയിലെന്തുകൊണ്ട് ചുവപ്പ് രാഷ്ട്രീയാധികാരത്തിന് നില നില്ക്കുവാൻ കഴിയുന്നു എന്ന ലഘുകൃതിയിൽ മാവോ വ്യക്തമായി എഴുതിയിരിക്കുന്നത് സോഷ്യലിസ്റ്റ് സോവിയറ്റ് യൂണിയനുമായുള്ള വിശാലമായ അതിർത്തിയും അതിലൂടെ ലഭിക്കുന്ന സഹായവും ചുവപ്പ് രാഷ്ട്രീയാധികാരത്തിന്റെ നിലനില്പിനുള്ള മുഖ്യകാരണമെന്നാണ്. മറ്റൊരു പ്രധാന അനുകൂലസാഹചര്യം ചൈനയിൽ ഒരു കേന്ദ്രീകൃത ഭരണകൂടം ഇല്ലായിരുന്നുവെന്നതാണെന്നും മാവോ ചൂണ്ടിക്കാട്ടി. ഇക്കാ ര്യങ്ങൾ കുറെക്കൂടി വിശദമായിതന്നെ 1951 ൽ ഇന്ത്യൻ കമ്യൂണിസ്റ്റ് പ്രതി നിധിസംഘവുമായയുള്ള കൂടിക്കാഴ്ചയിൽ സ:സ്റ്റാലിൻ വിശദീകരിക്കു ന്നുണ്ട്. ഇന്ത്യൻ സഖാക്കളുമായുള്ള ചർച്ചയിൽ സ:സ്റ്റാലിൻ അർത്ഥ ശങ്കയ്ക്കിടയില്ലാത്തവിധം വ്യക്തമാക്കിയത്, ഗറില്ലാ സമരത്തിലും വളരെ ഉയർന്നതാണ് പാർട്ടിസാൻയുദ്ധമെന്നാണ്. തൊഴിലാളിവർഗ്ഗത്തിന്റെ ശക്തവും ദൃഢവും സമരോത്സുകവുമായ സംഘടനയും പ്രവർത്തന ങ്ങളുമാണ് അതിനാവശ്യമെന്നാണ് ഇന്ത്യൻ സഖാക്കളെ സ്റ്റാലിൻ ബോദ്ധ്യപ്പെടുത്തിയത്.

എന്നാൽ പുതിയ യുഗസങ്കല്പത്തിന്റെ മറവിൽ ഇതെല്ലാം വിസ്മ രിച്ച മാവോയിസ്റ്റുകളും ചില എം എൽ സംഘടനകളും അർദ്ധകോ ളനി അർദ്ധഫ്യൂഡൽ വ്യവസ്ഥയാണ് എല്ലാ മൂന്നാം ലോകരാജ്യങ്ങ ളിലും നിലനില്ക്കുന്നതെന്നും അവിടെയെല്ലാം ദീർഘകാല ജനകീയ യുദ്ധമാണ് വിപ്ലവതന്ത്രമെന്ന് ആവർത്തിച്ചുകൊണ്ടിരിക്കുകയാണ്. ഇത്തരം തെറ്റായ നിലപാടുകളിൽ നിന്ന് അവർ നടത്തിക്കൊണ്ടിരിക്കുന്ന പ്രയോഗങ്ങളും ആക്ഷനുകളും ആധുനികാർത്ഥത്തിലുള്ള രാഷ്ട്രീയ പ്രവർത്തനമെന്ന് ഒരിക്കലും വിവക്ഷിക്കാനാവാത്ത സായുധ സാഹസ ങ്ങൾ മാത്രമായി അധഃപതിച്ചിരിക്കുകയാണ്. ലെനിൻ നിരീക്ഷിക്കുന്ന തുപോലെ ജനങ്ങളിൽനിന്നൊറ്റപ്പെട്ട ഭീകരവാദ രാഷ്ട്രീയമാണ് വിമോ ചിതമേഖലകളെന്ന് വിശേഷിപ്പിക്കുന്ന ഗിരിനിരകളിലും വനാന്തർഭാഗ ങ്ങളിലും ഒളിച്ചിരുന്ന് മാവോയിസ്റ്റുകൾ പ്രയോഗിക്കുന്നത്.

മാറിയ ലോകസാഹചര്യങ്ങളെയും സ്വന്തം രാജ്യത്തിന്റെ സമൂർത്ത സാഹചര്യങ്ങളെയും പരിഗണിക്കാതെയുള്ള ഗറില്ലാ വിപ്ലവം ആത്മഹ ത്യാപരവും വിപ്ലവകാംക്ഷികളായ യുവതീയുവാക്കളെ വലതുപക്ഷ ത്തിന്റെ കൂലിപ്പടയാളികളാക്കി അധഃപതിപ്പിക്കുന്നതുമാണെന്നാണ് സമ കാലീന സംഭവങ്ങൾ വ്യക്തമാക്കിക്കൊണ്ടിരിക്കുന്നത്. ജനകീയ യുദ്ധ ത്തിന്റെയും ചൈനീസ് പാതയുടെയും ഭ്രമത്തിലകപ്പെട്ടുപോയവർ കാണാതെ പോകുന്നത് വിപ്ലവ പൂർവ്വ ചൈനയുടെ സാഹചര്യം ഇന്ന് ലോകത്തിലൊരു രാജ്യത്തും നിലനില്ക്കുന്നില്ലായെന്ന യാഥാർത്ഥ്യത്തെ യാണ്. ഇന്നും കേന്ദ്രീകൃത ഭരണകൂടം ശരിയായൊരു രൂപത്തിൽ നില

വിൽ വന്നിട്ടില്ലാത്ത ചില ആഫ്രിക്കൻ രാജ്യങ്ങളിൽപ്പോലും മാറിയ ലോക സാഹചര്യത്തിൽ ചൈനീസ് പാത പ്രായോഗികമല്ലെന്നതാണ് വസ്തുത.

സമൂർത്ത സാഹചര്യങ്ങളുടെ സമൂർത്ത വിശകലനമാണ് മാർക്സി സമെന്ന് സ:ലെനിൻ ഇരുപതാം നൂറ്റാണ്ടിന്റെ ആദ്യത്തിൽ തന്നെ ചൂണ്ടി ക്കാട്ടി. കഴിഞ്ഞ ഒരു നൂറ്റാണ്ടിനിടയിൽ ലോകസാഹചര്യങ്ങളിൽ വന്ന മാറ്റങ്ങളും ഇന്ത്യപോലുള്ള രാജ്യങ്ങളിൽ സാമ്രാജ്യത്വത്തിന്റെ നവലിബ റൽ നയങ്ങൾ സൃഷ്ടിച്ച പുതിയ സാമൂഹ വൈരുദ്ധ്യങ്ങളും വർഗ്ഗപര മായ മാറ്റങ്ങളും ഒന്നും പരിഗണിക്കാതെ കാർഷിക വിപ്ലവത്തെയും ജന കീയ യുദ്ധത്തെയും കുറിച്ച് വാചകമടിക്കുന്നവർക്ക് ഒറ്റപ്പെട്ട വിധ്വംസക പ്രവർത്തനങ്ങൾ നടത്താമെന്നല്ലാതെ ഒരിക്കലും ജനാധിപത്യ വിപ്ലവ പ്രയോഗങ്ങൾ വികസിപ്പിക്കാനാവില്ല.

തെറ്റും വിഭാഗീയവുമായ നിലപാടുകളുടെ അന്ധകൂപങ്ങളിൽ കഴി യുന്നവർ സാമൂഹ്യയാഥാർത്ഥ്യങ്ങളെയും മാറ്റങ്ങളെയും മനസ്സിലാക്കാ നാവാതെ ബുർഷ്വാ മിഥ്യാടനങ്ങളിലേക്ക് തള്ളിവിടപ്പെട്ടേക്കാം. അതാണ് മാവോയിസ്റ്റുകൾക്ക് സംഭവിക്കുന്നത്. മാവോയിസ്റ്റ് നേതാവ് ഗണപതി (മൊപ്പല ലക്ഷ്മണറാവു) ബി ബി സിയുമായി നടത്തിയ അഭിമുഖത്തിൽ തട്ടിവിട്ട പല കാര്യങ്ങളും ഒരു ബുർഷ്വാമിഥ്യാടകന്റെ ഭാഷണങ്ങളാ യിട്ടേ കാണാൻ കഴിയൂ. ഇന്ത്യയിലെ ജനകീയ യുദ്ധം അതിന്റെ വിജയ പ്രതീക്ഷ കാണുന്നത് ഇസ്ലാമിക വിപ്ലവത്തിലൂടെയാണെന്നാണ് ഗണ പതി ഈ അഭിമുഖത്തിൽ പറഞ്ഞത്. പശ്ചിമേഷ്യൻ മണ്ണിൽ സാമ്രാജ്യ ത്വവിരുദ്ധ ജനാധിപത്യ ദേശീയശക്തികളെ തകർക്കുവാനായി സാമ്രാ ജ്യത്വം തന്നെ പടച്ചുവിട്ട രാഷ്ട്രീയ ഇസ്ലാമിസ്റ്റുകളുമായി വിമോചന ലക്ഷ്യം പങ്കുവെക്കുന്ന മാവോയിസ്റ്റ് നേതാവ് ചൈനീസ് പാതയെ ഇപ്പോൾ ഇസ്ലാമികവിപ്ലവവുമായി കൂട്ടിക്കെട്ടാനാണ് ശ്രമിക്കുന്നത്.

ഇത് ഗണപതിക്ക് സംഭവിച്ച അബദ്ധപൂർണ്ണമായൊരു വ്യതിയാന ത്തെക്കാളേറെ ഗൗരവമുള്ളതാണ്. പാകിസ്ഥാനിലെ ഐ എസ് ഐയും പല ജിഹാദി ഗ്രൂപ്പുകളുമായി മാവോയിസ്റ്റുകളുടെ ബന്ധങ്ങൾ പുറത്തു വന്നുകൊണ്ടിരിക്കുന്ന ഘട്ടത്തിൽ ഇത്തരം പ്രത്യയശാസ്ത്രപരമായ നില പാടുകൾ ഗൗരവപൂർവ്വം തന്നെ പരിശോധിക്കപ്പെടുകയും തുറന്നുകാട്ട പ്പെടുകയും ചെയ്യേണ്ടതുണ്ട്. ഇവിടെ കേരളത്തിൽ ചില മതതീവ്രവാദ സംഘടനകളും അവരുടെ കവർസംഘടനാ നേതാക്കളുമാണല്ലോ മാവോ യിസ്റ്റുകളുടെ രക്ഷാകർത്താക്കളായി രംഗത്തിറങ്ങിയിരിക്കുന്നത്. മനു ഷ്യാവകാശ സംഘടനകളുടെ മറവിൽ ഇത്തരം തീവ്രവാദ സംഘടന കൾ നടത്തുന്ന ഇടപെടലുകളെ നേരത്തെ തന്നെ ചർച്ച ചെയ്യപ്പെട്ടിട്ടു ള്ളതാണ്.

മാവോചിന്ത, മാവോയിസം, എൻ ജി ഒയിസം

മാവോസെതുങ്ങിന്റെ സംഭാവനകളെ തെറ്റായി മനസ്സിലാക്കുകയും വികസിപ്പിക്കുകയും ചെയ്ത അന്യവർഗ്ഗചിന്താഗതിക്കടിപ്പെട്ട പെറ്റി

ബൂർഷ്വാ അരാജകവാദികളായ സൈദ്ധാന്തികരാണ് മാവോയിസത്തിന്റെ ഉപജ്ഞാതാക്കൾ. ചൈനപോലൊരു പിന്നോക്കരാജ്യത്ത് പുത്തൻ ജനാധിപത്യ (ജനകീയ ജനാധിപത്യം) വും സോഷ്യലിസ്റ്റ് നിർമ്മാണവും വികസിപ്പിക്കുന്നതിൽ മാവോ നല്കിയ സംഭാവനകളെയാണ് ചൈനീസ് കമ്മ്യൂണിസ്റ്റ് പാർട്ടിയും ലോകകമ്മ്യൂണിസ്റ്റ് പ്രസ്ഥാനവും പൊതുവെ മാവോചിന്തയായി വിവക്ഷിക്കുന്നത്.

തൊഴിലാളി കർഷക ഐക്യമാണ് പുത്തൻ ജനാധിപത്യവിപ്ലവ ത്തിന്റെ ഉറച്ച അടിത്തറയെന്ന ലെനിനിസ്റ്റ് നിലപാടിനെ ചൈനീസ് സാഹ ചര്യങ്ങൾക്കനുസൃതമായി പ്രയോഗിക്കുകയാണ് മാവോയുടെ നേതൃ ത്വത്തിൽ സി പി സി ചെയ്തത്. ചൈനയുടെ യാഥാർത്ഥ്യങ്ങൾക്കെത്ത് മാവോ മാർക്സിസം-ലെനിനിസത്തിന്റെ അടിസ്ഥാനതത്ത്വങ്ങൾ പ്രയോ ഗിക്കുന്നതിന് നേതൃത്വം നല്കി. ചൈനീസ് വിപ്ലവത്തിന്റെ വികാസ ത്തിന്റെ വിവിധ ഘട്ടങ്ങളിൽ സി പി സിയെ ശരിയായ നിലപാടുകൾ സ്വീകരിപ്പിക്കുന്നതിൽ മാവോ പ്രധാന പങ്കാണ് വഹിച്ചത്. എന്നാൽ മാർക്സിസ്റ്റ്-ലെനിനിസ്റ്റ് പാതയിൽനിന്നും വ്യത്യസ്തമായ മാനങ്ങളിൽ മാവോചിന്തയെ വിലയിരുത്താനും വികസിപ്പിക്കാനുമുള്ള വഴിതെറ്റിയ സൈദ്ധാന്തിക യത്നങ്ങളാണ് മാവോയിസം എന്ന ആവിഷ്കാരത്തി ലേക്ക് എത്തിയത്.

ചൈനീസ് പാർട്ടി ലിൻപിയാവോവിന്റെ തെറ്റായ യുഗസിദ്ധാന്ത ത്തിന് വഴങ്ങിക്കൊടുത്ത 1969 ലെ 9-ാം പാർട്ടി കോൺഗ്രസാണ് മാവോ യിസമെന്ന തെറ്റായ പ്രത്യയശാസ്ത്രാവിഷ്കാരങ്ങൾക്ക് അടിസ്ഥാന മിട്ടത്. അപ്പോഴും ഒമ്പതാം കോൺഗ്രസ് മാവോചിന്ത എന്ന് മാത്രമേ മാവോവിന്റെ സംഭാവനകളെ വിലയിരുത്തുന്നുള്ളൂ. ലിൻപിയാവോവിന്റെ അതിവിപ്ലവ നിലപാടുകൾ തിരുത്തിക്കൊണ്ട് സ:ചൗഎൻലായി സി പി സിയുടെ പത്താം കോൺഗ്രസിലവതരിപ്പിച്ച റിപ്പോർട്ടിൽ മാവോവിന്റെ സംഭാവനകളെ മാവോചിന്തയെന്ന പേരിൽ തന്നെയാണ് വിലയിരുത്തി യിട്ടുള്ളത്. ചൈനീസ് വിപ്ലവാനുഭവങ്ങളുടെ സൈദ്ധാന്തികമായ സംക്ഷി പ്തരൂപമാണ് മാവോചിന്തയെന്ന് സി പി സി സംശയങ്ങൾക്കിട നല് കാത്തവിധം വ്യക്തമാക്കി.

ചൈനീസ് വിപ്ലവത്തിന്റെ ജനകീയ യുദ്ധപാതയെയും ഗറില്ലാ പ്രവർത്തനത്തെയും മാർക്സിസം ലെനിനിസത്തിന് മാവോ നല്കിയ സംഭാവനയെയും ഈ യുഗത്തിലെ മാർക്സിസത്തിന്റെ വികസിത രൂപമായി അവതരിപ്പിച്ചുകൊണ്ടാണ് റവല്യൂഷണറി ഇന്റർനാഷണൽ മൂവ്മെന്റ് (RIM) മാവോയിസമെന്ന സൈദ്ധാന്തികപരികല്പന അവ തരിപ്പിച്ചിരിക്കുന്നത്. അതായത് ചൈനീസ് വിപ്ലവത്തിന്റെ ജനകീയ യുദ്ധപാതയെ സാർവ്വലൗകികമായി തന്ത്രപരമായ ലൈനായി സ്വീക രിക്കുന്ന സൈദ്ധാന്തീകരണമാണ് മാവോയിസമെന്ന നിലപാട് സി പി സി ഒരിക്കലും സ്വീകരിച്ചിട്ടില്ലായെന്ന ചരിത്രവസ്തുതയെയാണ് ആർ ഐ എം കാണാതെപോകുന്നത്.

സമൂർത്ത സാഹചര്യങ്ങളിൽ വന്ന മാറ്റങ്ങളെ അംഗീകരിക്കുവാൻ വിസമ്മതിക്കുന്ന അറുപതുകളുടെ അവസാനം സി പി സി മുന്നോട്ടു വെച്ചതും അക്കാലത്തുതന്നെ തികച്ചും തെറ്റായിരുന്നതുമായ പ്രത്യയ ശാസ്ത്ര നിലപാടുകളാണ് മാവോയിസമെന്നപേരിലും മാവോ ചിന്ത യെന്ന പേരിലുമെല്ലാം ഇന്നും ഒട്ടുമിക്ക എം എൽ പാർട്ടികളും ചെറിയ ഭേദഗതികളോടെ പിന്തുടരുന്നത്. സി പി സിയുടെ 9-ാം പാർട്ടി കോൺഗ്രസ് നിലപാടുകളെ തള്ളിക്കളയുന്നുവെന്ന് അവകാശപ്പെടുന്ന പല എം എൽ സംഘടനകളും ഫലത്തിൽ മാവോ ചിന്തയെന്ന പേരിൽ ലിൻപിയോവിസത്തിന്റെ പ്രത്യയശാസ്ത്ര നിലപാടുകളെതന്നെയാണ് സ്വന്തം അസ്തിത്വം നിലനിർത്തുവാനായി പുണർന്നുകൊണ്ടിരിക്കുന്നത്.

എഴുപതുകളിലെ പ്രസ്ഥാനത്തിന്റെ തിരിച്ചടികൾക്ക് കാരണമായ വിഭാഗീയതയും തെറ്റുകളും തിരുത്തുകയാണെന്നും ശരിയായൊരു ബോൾഷെവിക് സംഘടനാ യാഥാർത്ഥ്യത്തിലേക്ക് തങ്ങളുടെ ഗ്രൂപ്പു കളെ പുനഃസംഘടിപ്പിക്കുകയാണെന്നും അവകാശപ്പെടുന്ന പല എം എൽ ഗ്രൂപ്പുകളും ഇപ്പോഴും പഴയ വിഭാഗീയതയിൽത്തന്നെയാണ്. അവ രിൽ പലരുമിപ്പോഴും മാവോയിസത്തിനും തൊഴിലാളിവർഗ്ഗ രാഷ്ട്രീയ ത്തിനുമിടയിൽ കാലിട്ടടിച്ച് പഴയ എം എൽ വിഭാഗീയതയിൽത്തന്നെ വീണുപോയിരിക്കുകയാണ്.

നക്സൽബാരിയെത്തുടർന്ന് രൂപംകൊണ്ട എം എൽ പാർട്ടി പാര മ്പര്യത്തെ പിൻപറ്റുന്നവരെല്ലാം മാവോചിന്തയെന്ന പേരിലും മാവോ യിസം എന്ന പേരിലും സി പി സിയുടെ 9-ാം കോൺഗ്രസ് നിലപാടുക ളെത്തന്നെയാണ് ഏറിയും കുറഞ്ഞുമുള്ള തോതിൽ പിൻപറ്റുന്നത്. സി പി ഐ മാവോയിസ്റ്റ് നേതാവ് ആസാദ് തന്നെ ഒരു ലേഖനത്തിൽ വ്യ ക്തമാക്കിയിട്ടുള്ളത് മാവോചിന്തയും മാവോയിസവും തമ്മിലുള്ള അന്ത രത്തെക്കുറിച്ചുള്ള ചർച്ചകൾ വ്യർത്ഥമാണെന്നാണ്. മാവോയിസത്തിന്റെ വിപ്ലവപാത എല്ലാ രാജ്യങ്ങൾക്കും സ്വീകരിക്കാമെന്നും അത് സാർവ ലൗകികമാണെന്നുമാണ് മാവോയിസ്റ്റ് രേഖകൾ ആവർത്തിച്ചുകൊണ്ടി രിക്കുന്നത്.

ചൈനീസ് പാത നമ്മുടെ പാത എന്ന് പറയുന്നത് നമ്മുടെ വിപ്ലവ പാത ജനകീയ യുദ്ധത്തിന്റെ പാതയാണെന്ന തിരിച്ചറിവിൽ നിന്നാണെ ന്നാണ് മാവോയിസ്റ്റുകൾ പഴയ തെറ്റുകളെ ഇപ്പോഴും ന്യായീകരിച്ചു കൊണ്ട് ആവർത്തിക്കുന്നത്. സി പി ഐ (മാവോയിസ്റ്റ്) രേഖകളും അതിന്റെ പാർട്ടി സെക്രട്ടറി ഗണപതി (മൊപ്പല ലക്ഷ്മണറാവു) മാധ്യമ ങ്ങൾക്ക് നല്കുന്ന അഭിമുഖങ്ങളിലുമെല്ലാം ഒരേപോലെ ആവർത്തിക്കു ന്നത് ഞങ്ങളും ഇന്ത്യൻ സാഹചര്യങ്ങൾക്കനുസൃതമായ രീതിയിൽ ജന കീയ യുദ്ധത്തെ വികസിപ്പിക്കുകയാണെന്നും അല്ലാതെ യാന്ത്രികമായി ചൈനീസ് പാതയെ അനുകരിക്കുകയല്ലായെന്നുമാണ്.

സി പി സിയുടെ ഒമ്പതാം കോൺഗ്രസ് നിലപാടുകളും ഏറിയും കുറഞ്ഞും ജനകീയ യുദ്ധസിദ്ധാന്തവും പ്രത്യയശാസ്ത്ര അടിസ്ഥാന

മാക്കി പ്രവർത്തിക്കുന്ന ഒരു എം എൽ ഗ്രൂപ്പിനും ഇന്ന് പ്രസക്തിയില്ല. മാവോചിന്ത തന്നെയാണ് മാവോയിസമെന്ന് പറയുന്നവരും മാവോയിസത്തിന്റെ വിഭാഗീയതയും തീവ്രവാദ വ്യതിയാനവും മാവോചിന്ത പ്രത്യയശാസ്ത്രമായി സ്വീകരിക്കുന്ന തങ്ങൾക്കില്ലെന്ന് പറയുന്നവരുമായ നക്സലൈറ്റു ഗ്രൂപ്പുകൾ ഫലത്തിൽ തൊഴിലാളിവർഗ്ഗ രാഷ്ട്രീയത്തിനും പ്രത്യയശാസ്ത്രത്തിനുമെതിരായ അന്യവർഗ്ഗ നിലപാടുകളുടെ തടവുകാർ മാത്രമാണ്.

മഹാനായ മാവോയുടെ പേരിൽ ആവിഷ്കരിക്കപ്പെട്ട മാവോയിസത്തിന്റെ സൈദ്ധാന്തിക നിലപാടുകൾ യഥാർത്ഥത്തിൽ മാവോ ചൈനീസ് വിപ്ലവത്തിന്റെ സൈദ്ധാന്തികവും പ്രായോഗികവുമായ അനുഭവങ്ങളിലൂടെ വികസിപ്പിച്ചെടുത്ത ജനാധിപത്യ വിപ്ലവ കാഴ്ചപ്പാടുകളെയാകെ നിരാകരിക്കുന്നതാണ്. മാവോ തന്നെ ഓർമ്മപ്പെടുത്തിയതു പോലെ മാർക്സിസത്തിന്റെ അടിസ്ഥാനതത്ത്വങ്ങളിൽനിന്നുള്ള വ്യതിചലനം നിരന്തരമായ തെറ്റുകൾക്കാണ് ഇടയാക്കുകയെന്ന കാര്യം മാവോയിസ്റ്റുകളുടെ കാര്യത്തിൽ അന്വർത്ഥമാണ്. പ്രത്യയശാസ്ത്രപരമായ തെറ്റുകളാണ് മാവോയിസ്റ്റുകളെ മമതയുടെ അനുചരന്മാരായി അധഃപതിപ്പിച്ചതും സംഘടിത ഇടതുപക്ഷ രാഷ്ട്രീയത്തിൽനിന്നും അന്യവല്‍ക്കരിച്ച് നിർത്തുന്നതും.

കോളനിരാജ്യങ്ങളിലെ വിപ്ലവത്തെ സംബന്ധിച്ച ലെനിനിസ്റ്റ് നിലപാടുകളുടെ സർഗ്ഗാത്മകമായ പ്രയോഗമാണ് മാവോ ചൈനയിൽ നടത്തിയത്. ലെനിന്റെ നേതൃത്വത്തിലുള്ള മൂന്നാം ഇന്റർനാഷണലാണല്ലോ അതുവരെയും അവഗണിക്കപ്പെട്ടിരുന്ന കോളനി രാജ്യങ്ങളിലെ വിപ്ലവത്തിന്റെ പ്രശ്നത്തെ മുന്നോട്ടുകൊണ്ടുവന്നത്. 1917 ന് ശേഷം ഇത്തരം രാജ്യങ്ങളിൽ നടക്കുന്ന വിമോചനസമരങ്ങൾ ലോകവിപ്ലവത്തിന്റെ ഭാഗമാണെന്ന് സാമ്രാജ്യത്വത്തെയും തൊഴിലാളി വർഗ്ഗ വിപ്ലവത്തെയും സംബന്ധിച്ച വിശകലനങ്ങളിലൂടെ ലെനിൻ ചൂണ്ടിക്കാട്ടി.

ഒക്ടോബർ വിപ്ലവാനന്തരമുള്ള സാഹചര്യത്തിൽ ബുർഷ്വാ ജനാധിപത്യം ഉള്ളടക്കമായിട്ടുള്ള വിമോചന സമരങ്ങൾക്കൊന്നും നേതൃത്വം നല്കാൻ ബുർഷ്വാസി തയ്യാറാവില്ലെന്നും തൊഴിലാളിവർഗ്ഗത്തിന്റ് നേതൃത്വത്തിൽ മാത്രമെ ജനാധിപത്യ വിപ്ലവങ്ങൾ പൂർത്തീകരിക്കാനാവുകയുള്ളുവെന്നും ലെനിൻ വ്യക്തമാക്കി. അതേസമയം സാമ്രാജ്യത്വവുമായി വൈരുദ്ധ്യമുള്ള ബുർഷ്വാസിയിലെ ഒരു വിഭാഗം തൊഴിലാളിവർഗ്ഗ നേതൃത്വത്തിൽ നടക്കുന്ന വിമോചന സമരവുമായി ഐക്യപ്പെടുവാനുള്ള സാധ്യതയും ലെനിൻ വിശദീകരിച്ചു. ലെനിന്റെ മരണശേഷം വിപ്ലവത്തിന്റെ ജനാധിപത്യ സോഷ്യലിസ്റ്റ് ഘട്ടങ്ങളെ സംബന്ധിച്ച് ട്രോട്സ്കി സൃഷ്ടിച്ച ആശയക്കുഴപ്പത്തെയും ലെനിനിസ്റ്റ് വിരുദ്ധ നിലപാടുകളെയും സ്റ്റാലിൻ തുറന്നുകാട്ടുകയും ലെനിന്റെ നിലപാടുകളെ സംരക്ഷിക്കുകയും ചെയ്തു.

ലെനിനും സ്റ്റാലിനും മുന്നോട്ടുവെച്ച സൈദ്ധാന്തികധാരണകളെ

വികസിപ്പിച്ചുകൊണ്ടാണ് മാവോസെതൂങ്ങ് പുത്തൻ ജനാധിപത്യ (ജന കീയ ജനാധിപത്യം) കാഴ്ചപ്പാടുകളെ ചൈനയിൽ സഫലമാക്കിയത്. *പുത്തൻ ജനാധിപത്യം* (New Democracy) എന്ന പുസ്തകത്തിലൂടെ മാവോ ചൈനയുടെ വിപ്ലവവീക്ഷണം അവതരിപ്പിച്ചു. ചൈനീസ് സമു ദായത്തിന്റെ വർഗ്ഗഘടനയുടെ വിശകലനത്തിലൂടെ തൊഴിലാളിവർഗ ത്തിന്റെ ശത്രുക്കളും സഖ്യശക്തികളും ആരൊക്കെയാണെന്ന് മാവോ വിശകലനം ചെയ്തു. ഒരു അധിനിവേശിതരാജ്യത്തെ ബൂർഷ്വാസിയുടെ ഇരട്ടസ്വഭാവവും (സാമ്രാജ്യത്വവുമായുള്ള വൈരുദ്ധ്യംമൂലം നിശ്ചിതഘ ട്ടത്തിൽ വിപ്ലവപക്ഷത്ത് ചേരാനുള്ള സാദ്ധ്യതയും മറുവശത്ത് സാമ്രാ ജ്യത്വവുമായി സന്ധിചെയ്യാനുള്ള പ്രവണതയും) മാവോ അപഗ്രഥിച്ചു.

നാടുവാഴിത്തവുമായുള്ള ബന്ധം വിച്ഛേദിക്കാൻ വിസമ്മതിക്കുന്ന ബൂർഷ്വാസിയുടെ ജന്മപരമായ ദൗർബല്യങ്ങളും അദ്ദേഹം വിശദമാക്കി. ചൈനയുടെ മുതലാളിത്തത്തിന്റെ ദല്ലാൾ സ്വഭാവവും മാവോ അപഗ്ര ഥനം നടത്തി. തൊഴിലാളിവർഗ്ഗ നിലപാടുകളിൽ നിന്ന് അധിനിവേശി തരാജ്യമായ ചൈനയിലെ വിവിധ വർഗ്ഗങ്ങളെ വിശകലനം ചെയ്തു കൊണ്ട് സാമ്രാജ്യത്വവും അതിന്റെ സാമൂഹ്യ അടിത്തറയായി അന്നത്തെ ചൈനയിൽ വർത്തിച്ചുവരുന്ന നാടുവാഴിത്തവും ദല്ലാൾ ഉദ്യോഗസ്ഥ മേധാവിത്വവും മുതലാളിത്തവുമാണ് ചൈനീസ് ജനതയുടെ ശത്രുവെന്ന് മാവോ ചൂണ്ടിക്കാട്ടി.

ഇതിന്റെ അടിസ്ഥാനത്തിലാണ് ബൂർഷ്വാസിയുടെ നേതൃത്വത്തിൽ നടന്ന പഴയ ജനാധിപത്യ വിപ്ലവവുമായി പുത്തൻ ജനാധിപത്യ (ജന കീയ ജനാധിപത്യം) വിപ്ലവത്തിനുള്ള സാദൃശ്യവും വ്യതിരിക്തതയും മാവോ വിശദീകരിക്കുന്നത്. *പുത്തൻ ജനാധിപത്യം* എന്ന കൃതിയിലൂടെ മാവോ സോഷ്യലിസ്റ്റ് വിപ്ലവത്തിനുള്ള അടിത്തറ സൃഷ്ടിക്കുന്നതിനും തൊഴിലാളിവർഗ്ഗത്തിന്റെ ലക്ഷ്യമായ കമ്യൂണിസം സ്ഥാപിക്കുന്നതിനും ജനാധിപത്യ വിപ്ലവകാഴ്ചപ്പാട് എങ്ങനെ ബന്ധപ്പെട്ടിരിക്കുന്നുവെന്നു വ്യക്തമാക്കിത്തരുന്നുണ്ട്. അതേസമയം ജനാധിപത്യ വിപ്ലവത്തെയും സോഷ്യലിസ്റ്റ് വികസനത്തെയും സംബന്ധിച്ച് ആശയക്കുഴപ്പം സൃഷ്ടി ക്കാൻ ശ്രമിച്ച ഇടതുപക്ഷ തീവ്രവാദനിലപാടുകളെയും മാവോ ശക്ത മായി തുറന്നുകാണിച്ചു.

രണ്ടുഘട്ട വിപ്ലവത്തിൽ സോഷ്യലിസ്റ്റ് വിപ്ലവഘട്ടത്തിനുള്ള രാഷ്ട്രീയ സാമ്പത്തിക സാംസ്കാരിക നയങ്ങൾക്കുവേണ്ടി വാദിച്ചിരുന്ന ഇടത് വ്യതിയാനപരമായ ധാരകളെ മാവോ എതിർത്ത് പരാജയപ്പെടു ത്തി. ബൂർഷ്വാസിയോട് ജനാധിപത്യവിപ്ലവത്തിൽ പങ്കാളിയാവുന്നതിന് അയവുള്ള സമീപനമൊന്നും പാടില്ലെന്ന ഇടതുതീവ്രവാദ നിലപാടു കളെ നിശിതമായി വിമർശിച്ചുകൊണ്ട് മാവോ പറഞ്ഞത്; പുത്തൻ ജനാ ധിപത്യ വിപ്ലവത്തിലൂടെ സ്ഥാപിക്കപ്പെടുന്ന ഭരണകൂടം ബൂർഷ്വാ സർവ്വാധിപത്യമോ തൊഴിലാളിവർഗ്ഗസർവ്വാധിപത്യമോ ആയിരിക്കുക യില്ലെന്നും മറിച്ച് തൊഴിലാളിവർഗ സർവ്വാധിപത്യത്തിലേക്കുള്ള പരി

വർത്തനഘട്ടത്തിൽ സ്ഥാപിക്കപ്പെടുന്ന ഒന്നെന്നതിലേക്ക് വിപ്ലവത്തിൽ പങ്കാളിത്തമുള്ള എല്ലാവർഗ്ഗങ്ങൾക്കും ഭരണകൂടത്തിൽ പങ്കുണ്ടായിരി ക്കുമെന്നതാണ്.

കോളനിരാജ്യങ്ങളിലെ ജനകീയ ജനാധിപത്യ വിപ്ലവത്തെ സംബ ന്ധിച്ച ലെനിനിസ്റ്റ് നിലപാടുകളുടെ സിദ്ധാന്തവും പ്രയോഗവുമെന്ന നില യിലാണ് മാവോവിന്റെ സംഭാവനകളെ ചൈനീസ് വിപ്ലവത്തിന്റെ വിജ യത്തിനുശേഷം കോമിൻഫോം വിലയിരുത്തി അംഗീകരിച്ചിട്ടുള്ളത്. അല്ലാതെ ഇന്ന് മാവോയിസ്റ്റുകൾ കാണുന്നതുപോലെ മാർക്സിസം- ലെനിനിസത്തെ പുതിയൊരു ഘട്ടത്തിലേക്ക് വികസിപ്പിച്ചുവെന്ന രീതി യിലല്ല സാർവ്വദേശീയ പ്രസ്ഥാനം മാവോവിന്റെ സംഭാവനകളെ വില യിരുത്തിയിട്ടുള്ളത്.

മാവോയിസ്റ്റ് സംഘടനകളുടെ സാർവ്വദേശീയ വേദിയായ റവല്യൂ ഷണറി ഇന്റർനാഷണൽ മൂവ്മെന്റി (RIM) ന്റെ ആചാര്യനായി വിരാ ജിക്കുന്ന ആർ സി പി യു എസ് എയുടെ ചെയർമാൻ ബോബ് അവാ ക്കിൻ മാവോയിസത്തെ നിർവ്വചിക്കുന്നത് നോക്കുക;

> കമ്യൂണിസ്റ്റ് മാനിഫെസ്റ്റോയിലെ ബലപ്രയോഗം തൊഴിലാളി വർഗ്ഗമാർഗ്ഗമെന്ന സാർവ്വത്രിക സത്യത്തെ സ്വന്തം നാടിന്റെ സമൂർത്ത സാഹചര്യങ്ങൾക്കനുസൃതമായി പ്രയോഗിച്ചതിലൂടെ വികസിപ്പിക്കുകയും മാവോ ലോകതൊഴിലാളിവർഗ്ഗത്തിനും ജന തകൾക്കും ഒരു സൈനികശാസ്ത്രം ആവിഷ്കരിച്ച് വികസിപ്പിച്ച് മുന്നോട്ടുവെക്കുകയും ചെയ്തിരിക്കുന്നു. ഇതുവഴി മാവോ മാർക്സിസം-ലെനിനിസത്തെ പൂർണ്ണവും കൂടുതൽ ഉയർന്നതും വികസിതവുമായ ഒരു മൂന്നാംഘട്ടത്തിലേക്ക് വികസിപ്പിച്ചു. എത്ര ലളിതവും അസംബന്ധപൂർണ്ണവുമാണ് മാർക്സിസത്തിന്റെ മൂന്നാംഘട്ടത്തിലേക്കുള്ള വികസനത്തെക്കുറിച്ചുള്ള മാവോയിസ്റ്റു കളുടെ വിശകലനം!

കമ്യൂണിസ്റ്റ് മാനിഫെസ്റ്റോ തൊട്ട് മാർക്സിസത്തിന്റെ അടിസ്ഥാന കൃതികളെല്ലാം ബലപ്രയോഗം മാത്രമാണ് മോചനമാർഗ്ഗം എന്ന സാർവ്വ ലൗകിക സത്യത്തെ ശരിവെക്കുന്നതാണെന്നാണല്ലോ ആർ ഐ എമ്മിന്റെ മാവോയിസത്തെ സംബന്ധിച്ച സൈദ്ധാന്തീകരണം. ഇത് മാർക്സിസ്റ്റ് പഠനത്തിൽ പ്രാഥമിക ജ്ഞാനമുള്ള ഒരാൾക്കും അംഗീകരിക്കാനാവു മെന്ന് തോന്നുന്നില്ല. ഇത്തരം സൈദ്ധാന്തീകരണങ്ങളെ മാർക്സിസ്റ്റ് വീക്ഷണവുമായി ബന്ധമുള്ള ഒന്നായി പരിഗണിക്കാൻപോലും പാടില്ല. മാർക്സിസത്തിന്റെ സത്ത ബലപ്രയോഗമാണെന്ന ഏകപക്ഷീയവും വികലവുമായ ധാരണകൾ ഫലത്തിൽ ബൂർഷ്വാഭരണകൂട വ്യവസ്ഥ ക്കെതിരായ നാനാവിധമായ ബഹുജനസമരങ്ങളെയും തൊഴിലാളിവർഗ്ഗ ത്തിന്റെ സംഘടിതമായ കടന്നാക്രമണ സമരങ്ങളെയും നിരാകരിക്കുന്ന

നരോദ്നിസത്തിന്റെ ആശയധാരകളെ പിൻപറ്റുന്ന മദ്ധ്യവർഗ്ഗപ്രത്യയ ശാസ്ത്രത്തിന്റെ സമകാലീന രൂപം മാത്രമാണ്.

സായുധ സമരത്തെ മോചനത്തിനുള്ള ഏകമാർഗ്ഗമായി അവതരി പ്പിക്കുന്ന മാവോയിസ്റ്റുകൾ, ലെനിന്റെയും മാവോവിന്റെയും വിലപ്പെട്ട അനുശാസനങ്ങൾ മനസ്സിലാക്കാത്തവരാണ്. ബൂർഷ്വാഭരണകൂടത്തെ തകർക്കുകയും തൽസ്ഥാനത്ത് തൊഴിലാളിവർഗ നേതൃത്വത്തിലുള്ള ഭരണകൂടം സ്ഥാപിക്കുന്നതിനും എല്ലാവിധ സമരരൂപങ്ങളും മാർഗ ങ്ങളും തൊഴിലാളിവർഗ്ഗത്തിന് ഉപയോഗിക്കേണ്ടിവരും. സാഹചര്യങ്ങ ളാണ് ഏത് തരം സമരമാർഗ്ഗങ്ങളാണ് തൊഴിലാളിവർഗ്ഗം ഉപയോഗി ക്കേണ്ടതെന്ന് നിർണ്ണയിക്കുന്നത്. പ്രസ്ഥാനത്തെ ഏതെങ്കിലുമൊരു സമ രരൂപത്തോട് കെട്ടിയിടുന്നവർ ഒരർത്ഥത്തിൽ ബഹുജനങ്ങളുടെ വിപ്ല വകരവും സർഗ്ഗാത്മകവുമായ പ്രകാശനസാദ്ധ്യതകളെ തന്നെ തടയു ന്നവരാണ്. സായുധ സമരവും അതിൽതന്നെ ഗറില്ലാസമരവും മാത്ര മാണ് വിപ്ലവകരമെന്ന് തെറ്റിദ്ധരിച്ച ഇടതുപക്ഷ സാഹസികരുടെ ശുഷ്ക സൈദ്ധാന്തിക ധാരണകളെ ഖണ്ഡിച്ചുകൊണ്ട് സ: ലെനിൻ പറയുന്നത് നോക്കൂ;

അമൂർത്തമായ എല്ലാ ഫോർമുലകളോടും ശുഷ്ക സൈദ്ധാന്തിക മായ ചികിത്സാവിധികളോടും തികഞ്ഞ ശത്രുത പാലിക്കുന്ന മാർക്സിസം, മുന്നേറിക്കൊണ്ടിരിക്കുന്ന ബഹുജനസമരത്തോട് അവ ധാനതയോട് കൂടിയ മനോഭാവം ഉണ്ടായിരിക്കണമെന്ന് ശഠിക്കുന്നു. പ്രസ്ഥാനം വികസിക്കുകയും ബഹുജനങ്ങളുടെ വർഗ്ഗബോധം വളരു കയും സാമ്പത്തികവും രാഷ്ട്രീയവുമായ കുഴപ്പങ്ങൾ മൂർച്ഛിക്കുകയും ചെയ്യുന്നതോടെ പ്രതിരോധത്തിന്റെയും ആക്രമണത്തിന്റെയും പുതി യതും കൂടുതൽ വൈവിദ്ധ്യപൂർണ്ണവുമായ രൂപങ്ങൾ ഈ സമരത്തിൽ ആവിർഭവിക്കുന്നതാണ്. മാർക്സിസം ഒരു കാരണവശാലും ഒരു സമ രരൂപത്തെയും പാടേ നിഷേധിക്കുന്നില്ല. മാർക്സിസം യാതൊരു കാര ണവശാലും ഒരു പ്രത്യേക സന്ദർഭത്തിൽ മാത്രം സാദ്ധ്യമായതും നില നില്ക്കുന്നതുമായ സമരരൂപങ്ങളിൽ ഒതുങ്ങി നില്ക്കുന്നില്ല (ലെനിൻ -ഗറില്ലാ യുദ്ധത്തെപ്പറ്റി എന്ന ലേഖനത്തിൽ നിന്ന്).

ഒരു പ്രത്യേക രാജ്യത്തിലെ സമൂർത്ത സാഹചര്യത്തെയും വർഗ ശക്തികളുടെ പരസ്പര ബന്ധവും സാർവ്വദേശീയ സാഹചര്യങ്ങളും പരിഗണിക്കാതെയാണ് മാവോയിസ്റ്റുകൾ ഒരേയൊരു മാർഗ്ഗം സായുധ സമരത്തിന്റേതാണെന്ന് വ്യഥാ ശഠിച്ചുകൊണ്ടിരിക്കുന്നത്. ചരിത്രപരമായി കാര്യങ്ങൾ മനസ്സിലാക്കാനും വസ്തുനിഷ്ഠസ്ഥിതിഗതികൾക്കനുസരിച്ച് വിപ്ലവപരിപാടി ആവിഷ്കരിക്കുവാനും സമരരൂപങ്ങൾ സ്വീകരിക്കു വാനും കഴിയാതെ പോകുന്നത് സ:ലെനിൻ നിരീക്ഷിക്കുന്നതുപോലെ വൈരുദ്ധ്യാത്മക ഭൗതികവാദത്തിന്റെ ബാലപാഠങ്ങൾ അറിയാത്തതു കൊണ്ടാണ്. സായുധ സമരം സാർവ്വലൗകികമായി പ്രയോഗിക്കണമെന്ന് വാദിക്കുന്ന മാവോയിസ്റ്റുകൾ ചൈനയുടെ വ്യത്യസ്തമായ ചരിത്രസാ

ഹചര്യത്തിൽ മാവോ നടത്തിയ പ്രസ്താവനകളെ ഉദ്ധരിച്ച് തങ്ങളുടെ വാദങ്ങൾ സമർത്ഥിക്കുവാനും സാമാന്യവല്ക്കരിക്കാനുമാണ് ശ്രമിക്കുന്നത്, മാവോയിസ്റ്റ് പ്രസിദ്ധീകരണങ്ങളും അതിനാണ് വ്യഗ്രതപ്പെടുന്നത്.

ഒരു വിപ്ലവത്തിന്റെ കേന്ദ്രകടമയും അതിന്റെ ഏറ്റവും ഉയർന്ന രൂപവും അധികാരം പിടിച്ചെടുക്കലാവണം. അതായത് യുദ്ധത്തിലൂടെ പ്രശ്നം പരിഹരിക്കലാണ്, തോക്കിൻ കുഴലിലൂടെയാണ് രാഷ്ട്രീയാ ധികാരം വളരുന്നത് ഇതുപോലുള്ള മാവോവിന്റെ ഉദ്ധരണികളെ സന്ദർഭ ത്തിൽ നിന്നടർത്തി യാന്ത്രികമായി ഉരുവിട്ടാണ് തങ്ങളുടെ സായുധ അതിസാഹസികവാദങ്ങളെ മാവോയിസ്റ്റുകൾ വിശദീകരിക്കുന്നത്. തീർച്ച യായും ചൈനീസ് വിപ്ലവത്തിന്റെ സുദീർഘചരിത്രത്തിൽ കൊമിന്താങ് പിന്തിരിപ്പന്മാർക്കെതിരെ വിജയംവരിക്കുന്നതിന് സൈനികഘടക ങ്ങൾക്കുള്ള പങ്ക് പ്രധാനം തന്നെയായിരുന്നു.

കൊമിന്താങ് സേനയെ വെല്ലുവിളിക്കാവുന്ന ഒരു ജനകീയ സൈന്യത്തെ സി പി സി പടുത്തുയർത്തിയിരുന്നുവെന്നത് ഈ വിജയ ത്തിന് നിർണ്ണായകമായി സഹായിച്ചിട്ടുണ്ട്. എന്നാൽ മാവോയിസ്റ്റുകൾ പ്രചരിപ്പിക്കുന്നതുപോലെ ഇത് മാത്രമായിരുന്നില്ല ആ വിജയത്തിന് കാര ണമെന്ന് സി പി സി 1926 ൽ പ്രസിദ്ധീകരിച്ച ചൈനീസ് വിപ്ലവത്തിന്റെ സായുധസമരപ്രശ്നം എന്ന ലേഖനത്തിൽ ചൂണ്ടിക്കാട്ടുന്നു. സായുധ സമരത്തോടൊപ്പം തൊഴിലാളികളുടെയും കൃഷിക്കാരുടെയും വർഗ്ഗബോ ധത്തിന്റെയും സംഘടനയുടെയും വിപ്ലവപ്രവർത്തനത്തിന്റെയും നില വാരമുയർത്തുന്നതിനുള്ള ബഹുജനരാഷ്ട്രീയ പ്രവർത്തനവും കൂടി കൂട്ടിയിണക്കാത്തപക്ഷം വിപ്ലവം വിജയിക്കില്ലെന്ന് കൊമിന്താങ് സൈനിക ക്ലിക്കിനെതിരായ സമരഘട്ടത്തിൽതന്നെ സി പി സി ജാഗ്ര താപൂർവ്വം ഓർമ്മിപ്പിച്ചുകൊണ്ടിരുന്നു.

1925-27 കലാപത്തിന് ശേഷം ഗ്രാമപ്രദേശങ്ങളിൽ സായുധകലാ പങ്ങൾ സംഘടിപ്പിക്കുവാനുള്ള ശ്രമങ്ങൾ എന്തുകൊണ്ട് പരാജയപ്പെ ട്ടുവെന്ന് സി പി സി നേതാക്കൾ വിശകലനം ചെയ്യുന്നുണ്ട്. രാജ്യത്തുട നീളം കർഷകപ്രസ്ഥാനത്തിന് മുന്നണിപ്പടയാവാൻ കഴിയുന്ന സാഹ ചര്യം വളർത്തിയെടുക്കുന്നതിന് പലപ്പോഴും ഒറ്റപ്പെട്ട സായുധകലാപ ങ്ങളും അലഞ്ഞുതിരിയുന്ന ഗറില്ലാസംഘങ്ങളും തടസ്സമാണെന്ന് മാവോ തന്നെ വ്യക്തമാക്കിയിട്ടുണ്ട്. തോക്കിന്റെയും സായുധസമരത്തിന്റെയും സ്തുതിഗീതങ്ങൾ പാടിയതുകൊണ്ടുമാത്രം വിപ്ലവം മുന്നോട്ട് പോവി ല്ലെന്നും അതിനുള്ള മുന്നുപാധി മർദ്ദകർക്കും ചൂഷകർക്കുമെതിരെയുള്ള ഒരു നിർണ്ണായക പോരാട്ടത്തിന് തൊഴിലാളികളെയും കർഷകരെയും സജ്ജരാക്കുകയാണ് വേണ്ടതെന്നും മാവോസെതുങ് അനുശാസിക്കു ന്നുണ്ട്.

മാർക്സിസത്തിന്റെ സാർവ്വലൗകിക സത്യമായി ബലപ്രയോഗ ത്തെയും സായുധസൈനിക സമരങ്ങളെയും മാവോ വികസിപ്പിച്ചുവെന്ന് വിലയിരുത്തുന്ന ശുഷ്കസൈദ്ധാന്തികരായ മാവോയിസ്റ്റ് ബുദ്ധിജീവി

കൾ, 1923 ൽ തന്നെ സായുധ സമരമാർഗ്ഗത്തെ വിപ്ലവത്തിന്റെ ഏക മാർഗ്ഗമായി തെറ്റിദ്ധരിച്ച് പോകരുതെന്ന് കോമിന്റേൺ മുന്നറിയിപ്പ് നല്കിയിട്ടുണ്ടെന്ന കാര്യം അറിയാത്തതിൽ അത്ഭുതമില്ല. ചരിത്രത്തെയും വിപ്ലവ പ്രയോഗത്തെയും അതിനായി സാർവ്വദേശീയതലത്തിൽ മാർക്സ് മുതൽ മാവോ വരെയുള്ളവർ നടത്തിയ സംഘടിതമായ സൈദ്ധാന്തിക യത്ന ങ്ങളെയും നിരാകരിച്ചുകളയുന്ന വിപ്ലവത്തെയും തൊഴിലാളിവർഗ്ഗ അധി കാരത്തെയുമെല്ലാം സംബന്ധിച്ച വികലധാരണകളാണ് മാവോയിസ്റ്റു കളെ നയിക്കുന്നത്. തൊഴിലാളിവർഗ്ഗ നേതൃത്വത്തെയും കർഷക-തൊഴി ലാളി സഖ്യം അടിസ്ഥാനമാക്കിയ വിപ്ലവ മുന്നേറ്റങ്ങൾക്കേ സോഷ്യ ലിസ്റ്റ് ലക്ഷ്യത്തിലേക്ക് എത്താൻ കഴിയൂ. ചൈനീസ് പാർട്ടിക്ക് കോമി ന്റേൺ അയച്ച കത്ത് ഇക്കാര്യം അർത്ഥശങ്കയ്ക്കിടയില്ലാതെ വ്യക്തമാ ക്കുന്നുണ്ട്.

ചൈനയിൽ ദേശീയ വിപ്ലവത്തോടും ഒരു സാമ്രാജ്യത്വവിരുദ്ധമു ന്നണി കെട്ടിപ്പടുക്കലിനോടൊപ്പം, നാടുവാഴിത്തത്തിന്റെ അവശിഷ്ടങ്ങൾ ക്കെതിരായ കാർഷികവിപ്ലവവും നടക്കുന്നതായിരിക്കും. ചൈനീസ് ജന തയിൽ ഭൂരിപക്ഷവും ആ പ്രസ്ഥാനത്തിലേക്കാകർഷിക്കപ്പെട്ടാൽ മാത്രമെ ഈ വിപ്ലവത്തിന് വിജയശ്രീലാളിതമാവാൻ കഴിയൂ (*കോമ ന്റേൺ രേഖകൾ*).

അസന്ദിഗ്ധമായ ഭാഷയിൽ ലെനിനും മാവോയും തൊഴിലാളി- കർഷകസഖ്യത്തിന്റെ ജീവത്തായ സാക്ഷാൽക്കാരമാണ് പിന്നോക്കരാജ ്യങ്ങളിലെ ജനാധിപത്യ വിപ്ലവങ്ങളെന്ന് വിശദമാക്കിയിട്ടുണ്ട്. കോമി ന്റേൺ ഇക്കാര്യം അടിവരയിട്ട് വ്യക്തമാക്കിയിട്ടുമുണ്ട്. തൊഴിലാളി വർഗ്ഗത്തെ അവിശ്വസിക്കുകയും ആദിവാസികൾ, ന്യൂനപക്ഷങ്ങൾ, മറ്റു പാർശ്വവല്കൃത വിഭാഗങ്ങൾ തുടങ്ങിയവരിൽ വിപ്ലവശേഷി കണ്ടെ ത്തുന്ന മാവോയിസ്റ്റുകൾ ഇടതുപക്ഷ പ്രസ്ഥാനങ്ങളെ മുഖ്യവിപത്തായി കാണുകയാണ്. അദ്ധ്വാനവും മൂലധനവും തമ്മിലുള്ള അടിസ്ഥാന വൈരുദ്ധ്യങ്ങളെ അവഗണിക്കുന്ന, പ്രാന്തവല്കൃത വിഭാഗങ്ങളുടെ പ്രതി രോധചിന്തകളിലും നവസാമൂഹ്യപ്രസ്ഥാനങ്ങളുടെ അരാജക വീക്ഷ ണങ്ങളിലുമാണ് മാവോയിസ്റ്റുകൾ അഭിരമിക്കുന്നത്. അന്താരാഷ്ട്ര സന്നദ്ധസംഘടനകളുടെ ഭാഗമായി പ്രവർത്തിക്കുന്ന നിയോഗാന്ധിയ ന്മാരും നിയോഅംബേദ്കറിസ്റ്റുകളും ഗോത്രദേശീയതയ്ക്കുവേണ്ടി നില കൊള്ളുന്നവരുമെല്ലാമടങ്ങുന്ന എൻ ജി ഒ ബുദ്ധിജീവികളാണ് മാവോ യിസ്റ്റുകളുടെ പ്രോത്സാഹകരും പരസ്യവും രഹസ്യവുമായ സഹായി കളും.

ജാർഖണ്ഡിൽവെച്ച് അറസ്റ്റുചെയ്യപ്പെട്ട സി പി ഐ (മാവോയി സ്റ്റ്)യുടെ പോളിറ്റ്ബ്യൂറോ അംഗം അമിതാഭ്ബക്ഷി മാവോയിസ്റ്റുകളുടെ വിദേശബന്ധങ്ങളിലേക്കും സന്നദ്ധസംഘടനാ ബാന്ധവത്തിലേക്കും വെളിച്ചം വീശുന്ന വിവരങ്ങളടങ്ങിയ മൊഴി നല്കിയിട്ടുണ്ട്. ജാർഖ ണ്ഡിലും ലാൽഗഡിലുമെല്ലാം എത്രയോ കാലങ്ങളായി ഗോത്രമേഖല

കളിൽ പ്രവർത്തിക്കുന്ന സന്നദ്ധസംഘടനകളാണ് മാവോയിസ്റ്റ് സായുധ ആക്ഷനുകൾ സാഹചര്യമൊരുക്കിക്കൊടുക്കുന്നത്. ആദിവാസി ശാക്തീ കരണ പ്രവർത്തനങ്ങളുടെ മറവിൽ ഇന്ത്യയെ അസ്ഥിരീകരിക്കുക എന്ന ലക്ഷ്യത്തോടെ പ്രവർത്തിക്കുന്ന സ്വത്വരാഷ്ട്രീയ ഗ്രൂപ്പുകളാണ് മാവോ യിസ്റ്റ്-എൻ ജി ഒ ബാന്ധവത്തിന്റെ അച്ചുതണ്ടായി വർത്തിക്കുന്നത്. അമേരിക്കയും യൂറോപ്പും കേന്ദ്രമായി പ്രവർത്തിക്കുന്ന ട്രൈബൽ നെറ്റ് വർക്കിന്റെ ലെയ്സൺ ചുമതലയുള്ള അലൻഡ്യൂറന്റും ടിൻസ്മിത്തു മാണ് ഛത്തീസ്ഗഢിലെയും ജാർഖണ്ഡിലെയും മാവോയിസ്റ്റ് പ്രവർത്ത നങ്ങൾക്ക് ആളും അർത്ഥവും ഒരുക്കിത്തരുന്നതെന്ന് അമിതാഭ്ബക്ഷി വെളിപ്പെടുത്തിയിട്ടുണ്ട്.

വിപ്ലവത്തെയും സാമൂഹ്യമാറ്റത്തെയും സംബന്ധിച്ച തെറ്റായ വീക്ഷണങ്ങളാണ് ആഗോളസന്നദ്ധ സംഘടനാ രാഷ്ട്രീയത്തിന്റെയും നവപ്രസ്ഥാനങ്ങളുടെയും പ്രത്യയശാസ്ത്ര സംഘടനാ മുന്നണികളി ലേക്ക് മാവോയിസ്റ്റുകളെക്കൊണ്ടെത്തിച്ചത്. ഭരണകൂടനയങ്ങളാൽ അടി ച്ചിറക്കപ്പെടുന്നവരും നിരാലംബരും കോർപ്പറേറ്റ് മൂലധനം ജീവിത ത്തിൽനിന്ന് പറിച്ചെറിയുന്നവരുമായവരുടെ അതിജീവനത്തിനുവേണ്ടി യുള്ള പോരാട്ടമാണ് മാവോയിസ്റ്റുകൾ നടത്തുന്നതെന്ന് പ്രചരിപ്പിക്കുന്ന വൻകിട മാദ്ധ്യമങ്ങളും ചില ബുദ്ധിജീവികളും കഥയറിയാതെ ആട്ടം കാണുന്നവർ മാത്രമല്ല, കാല്പനിക പരിവേഷം നല്കി മനുഷ്യത്വരഹി തമായ മാവോയിസ്റ്റുകളുടെ ഭീകരപ്രവർത്തനങ്ങളെ മറച്ചുപിടിക്കുകയും ഒരർത്ഥത്തിൽ ന്യായീകരിക്കുകയും ചെയ്യുകയുമാണവർ.

കോർപ്പറേറ്റ് അധിനിവേശത്തോടും സാമൂഹ്യ അടിച്ചമർത്തലുക ളോടും രോഷാകുലരാകുന്ന ജനസമൂഹങ്ങളെയാകെ സംഘടിതവും ദേശവ്യാപകവുമായ എല്ലാ ബഹുജനമുന്നേറ്റങ്ങളിൽനിന്നും പ്രസ്ഥാന ങ്ങളിൽനിന്നും അകറ്റിയെടുക്കുകയാണ് ഫലത്തിൽ മാവോയിസ്റ്റുകൾ ചെയ്യുന്നത്. അവരുടെ ഭീകരപ്രവർത്തനങ്ങൾ സൃഷ്ടിക്കുന്ന അരാജക ത്വവും ഭരണകൂട അടിച്ചമർത്തലും ജനാധിപത്യപരമായ വിപ്ലവപ്രയോ ഗങ്ങളെ അസാദ്ധ്യമാക്കുക എന്ന ഭരണവർഗ്ഗതാല്പര്യങ്ങളെ സഹായി ക്കുന്നതാണ്.

മേൽവിവരിച്ചതുപോലെ അങ്ങേയറ്റം നീചമായ പ്രതിലോമകൂട്ടുകെ ട്ടിലേക്കും മനുഷ്യത്വരഹിതമായ ഇടതുപക്ഷ വേട്ടയിലേക്കും മാവോ യിസ്റ്റുകളെ എത്തിച്ചത് അവരുടെ തെറ്റും വിഭാഗീയവും അതിസാഹ സികതാപരമായ രാഷ്ട്രീയ വീക്ഷണങ്ങളാണ്. ഇത്തരം ആപല്ക്കര മായ വ്യതിയാനങ്ങളിലേക്കും ഇടതുപക്ഷ വിരുദ്ധതയിലേക്കും വിപ്ലവ മാഗ്രഹിക്കുന്ന ജനസമൂഹങ്ങളെ വലിച്ചടുപ്പിക്കുവാനുള്ള ഉപജാപങ്ങ ളെയും ഗൂഢാലോചനകളെയും അതിനായുള്ള അന്താരാഷ്ട്ര സന്നദ്ധ സംഘടനകളുടെ ആസൂത്രിത പദ്ധതികളെയും കുറിച്ച് ഇടതുപക്ഷ വിപ്ല വശക്തികൾ ജാഗരൂകരാകേണ്ടതുണ്ട്.

അന്യവർഗ്ഗ പ്രവണതകൾ
അപകടകരമായ വ്യതിയാനങ്ങൾ

പെറ്റിബൂർഷ്വാ വിപ്ലവത്തിന്റെ സാമൂഹ്യാടിസ്ഥാനങ്ങളിലേക്കും സ്വഭാവവിശേഷങ്ങളിലേക്കും വിരൽചൂണ്ടിക്കൊണ്ട് സ:ലെനിൻ വിശ ദീകരിക്കുന്നത്; ''അവിശ്വസനീയമാംവണ്ണം തീവ്രമായും ത്വരിതമായും സ്ഥിതി വഷളായി നശിക്കുകയും ചെറുകിട സ്വത്തുടമ അഥവാ ചെറു കിട മുതലാലി (പല യൂറോപ്യൻ രാജ്യങ്ങളിലും വിപുലമായ തോതിൽ പ്രതിനിധീകരിക്കപ്പെട്ടിട്ടുള്ള ഒരു സാമൂഹ്യ വിഭാഗമാണിത്.) അങ്ങേയ റ്റത്തെ വിപ്ലവവാദത്തിലേക്ക് അനായാസേന നീങ്ങുമെന്നും എന്നാൽ സ്ഥിരോത്സാഹത്തോടെ പ്രയത്നിക്കാനോ സംഘടന കെട്ടിപ്പടുക്കാനോ അച്ചടക്കം പാലിക്കാനോ അടിയുറച്ച് നില്ക്കാനോ അയാളെക്കൊണ്ടാ വില്ലെന്നും മാർക്സിസ്റ്റ് സിദ്ധാന്തം സ്ഥാപിച്ചിട്ടുണ്ട്. എല്ലാ യൂറോപ്യൻ വിപ്ലവങ്ങളും വിപ്ലവപ്രസ്ഥാനങ്ങളും അത് സ്ഥിരീകരിച്ചിട്ടുണ്ട്.

മുതലാലിത്തത്തിന്റെ ഭീകരതകൾ കണ്ട് ഭ്രാന്തെടുക്കുന്ന പെറ്റി ബൂർഷ്വാ അരാജകവാദമെന്നത് എല്ലാരാജ്യങ്ങൾക്കും ബാധകമായ സവി ശേഷമായൊരു സാമൂഹ്യപ്രതിഭാസമാണ്. ഇത്തരം വിപ്ലവവാദത്തിന്റെ അസ്ഥിരത, അതിന്റെ പൊള്ളത്തരം, അത് പെട്ടെന്ന് കീഴടങ്ങലും ഉദാ സീനതയും ആകാശകോട്ടകെട്ടലും ഏതെങ്കിലും ബൂർഷ്വാ കമ്പത്തി ലുള്ള ഭ്രമവുമായി മാറാനുള്ള സാദ്ധ്യത ഇതെല്ലാം പൊതുവിൽ അറി വുള്ള കാര്യങ്ങളാണ്.''

വലതുപക്ഷ അവസരവാദം പോലെ ഇടതുപക്ഷ വ്യതിയാനങ്ങളും ഒരു നിർദ്ദിഷ്ട ചരിത്രകാലഘട്ടത്തെ വിലയിരുത്തുന്നതിലും മനസ്സിലാ ക്കുന്നതിലും സംഭവിക്കുന്ന പാളിച്ചകളുടെ ഫലമാണെന്ന് ലെനിൻ പഠി പ്പിക്കുന്നുണ്ട്. റഷ്യയിൽ പെറ്റിബൂർഷ്വാ വിപ്ലവവാദപരമായ അരാജക പ്രവണതകൾക്കെതിരായ സമരത്തിൽകൂടിയാണ് ഒരു ബോൾഷെവിക്

പാർട്ടിക്ക് അടിസ്ഥാനമിടാൻ കഴിഞ്ഞതെന്ന് വ്യക്തമാക്കിക്കൊണ്ട് ലെനിൻ ഇടതുപക്ഷ തീവ്രവാദപരമായ സോഷ്യലിസ്റ്റ് റവല്യൂഷണറി പാർട്ടി നിലപാടുകളെ വിശകലനം ചെയ്തുകൊണ്ട് വിശദമാക്കുന്നത്; "ഒന്നാമതായി ഏത് രാഷ്ട്രീയ പ്രവർത്തനത്തിലുമേർപ്പെടുന്നതിന് മുമ്പ് വർഗ്ഗശക്തികളെയും അവയുടെ പരസ്പരബന്ധങ്ങളെയും കർശന മായും വസ്തുനിഷ്ഠമായും വിലയിരുത്തേണ്ടതിന്റെ ആവശ്യകത മന സ്സിലാക്കാൻ മാർക്സിസത്തെ നിരാകരിച്ച ഈ പാർട്ടി കൂട്ടാക്കിയില്ല (അഥവാ അപ്രാപ്തമായിരുന്നു എന്ന് പറയുന്നതായിരിക്കും കൂടുതൽ ശരി). രണ്ടാമതായി വ്യക്തിപരമായ ഭീകരവാദത്തെയും കൊലപാതക ത്തെയും മാർക്സിസ്റ്റുകാരായ നാം ശക്തിപൂർവ്വം നിരാകരിച്ചിട്ടുള്ള ഒന്നാണ്. വ്യക്തിപരമായ ഭീകരവാദം അംഗീകരിക്കുന്നുവെന്നതുകൊണ്ട് തങ്ങൾ വിശിഷ്യാ വിപ്ലവകാരികളാണെന്നും ഇടതുപക്ഷക്കാരാണെന്നും ഈ പാർട്ടി സ്വയം കരുതി."

ലെനിൻ അപഗ്രഥിക്കുന്നതുപോലെ മാവോയിസ്റ്റ് ഗ്രൂപ്പുകളുടെ പ്രവ രത്തന ശൈലികളും രാഷ്ട്രീയ നയങ്ങളുമെല്ലാം പരിശോധിച്ചാൽ അവർ അങ്ങേയറ്റം മാർക്സിസ്റ്റ് വിരുദ്ധമായ അന്യവർഗ്ഗ ചിന്തകളുടെയും പ്രവ ണതകളുടെയും പിറകെ ഇഴയുന്നവരാണെന്ന് ബോധ്യപ്പെടും. ഭീകര തയുടെ തന്ത്രം അവലംബിക്കുന്ന ഈ പെറ്റിബൂർഷ്വാ അരാജക ഗ്രൂപ്പു കൾ വ്യക്തികളെ ലക്ഷ്യംവെക്കുന്ന, ജനങ്ങളെ ആശ്രയിക്കുന്ന മാർക്സി സവുമായി യാതൊരു ബന്ധവുമില്ലാത്ത രാഷ്ട്രീയ സിദ്ധാന്തമാണ് ജന കീയ യുദ്ധമെന്ന പേരിൽ പ്രയോഗിക്കുന്നത്. ഗോത്രമേഖലകളിലെ ഒളി ത്താവളങ്ങളിൽ നിന്നും ഒറ്റപ്പെട്ട ആക്രമണപ്രവർത്തനങ്ങൾ അഴിച്ചു വിടുന്ന വിപ്ലവതന്ത്രം ജനങ്ങളെ കേന്ദ്രസ്ഥാനത്ത് വെക്കുവാൻ വിസ മ്മതിക്കുന്ന തൊഴിലാളി വർഗ്ഗ വീക്ഷണത്തിനന്യമായ ഭീകരവാദം മാത്ര മാണ്. മാവോയിസ്റ്റുകളുടെ ആക്രമണവും ഭരണകൂടഅടിച്ചമർത്തലു കളും ഈ ഗ്രൂപ്പുകൾ പ്രവർത്തിക്കുന്ന പ്രദേശങ്ങളിൽ ജീവിക്കുന്ന സാധാരണ ജനങ്ങളാണ് സഹിക്കേണ്ടിവരുന്നത്. പലപ്പോഴും ഭരണകൂട ഭീകരതയും മാവോയിസ്റ്റ് അതിസാഹസികതാവാദത്തിനുമിടയിൽ അര ക്ഷിതരാണ് ഗോത്രമേഖലയിലെ ജനങ്ങൾ.

മാവോയിസ്റ്റുകൾ ആത്യന്തികമായ ലക്ഷ്യത്തെക്കുറിച്ചുള്ള വാച കമടികൾ നടത്തി ഇടതുപക്ഷ പരിവേഷം സൃഷ്ടിക്കാൻ ശ്രമിക്കുന്നു വെന്നല്ലാതെ ജനങ്ങളുടെ ജീവിതത്തെ മെച്ചപ്പെടുത്തുന്നതിലോ മാറ്റി തീർക്കുന്നതിനോ വേണ്ടി ഒന്നും ചെയ്യുന്നില്ല. തങ്ങളുടെ സ്വാധീനപ്രദേ ശങ്ങളിൽ യാതൊരുവിധ സാമൂഹ്യപരിഷ്കരണത്തിനോ വികസനപ്ര വർത്തനത്തിനോ അവർ മുൻകൈ എടുക്കുന്നുമില്ല. തീർച്ചയായും ആഗോളവല്ക്കരണ നയങ്ങൾ തീക്ഷ്ണമാക്കുന്ന ഗോത്രമേഖലയിലെ ജനങ്ങളുടെ ദുരിതങ്ങളും ചൂഷിതാവസ്ഥയും ഉപയോഗപ്പെടുത്തിയാണ് മാവോയിസ്റ്റുകൾ പിടിമുറുക്കുന്നത്. ജനങ്ങളുടെ പ്രാഥമികമായ ജീവി താവശ്യങ്ങൾ പരിഹരിക്കുന്നതിൽ ഭരണകൂടം പരാജയപ്പെട്ടിരിക്കുന്നു

വെന്ന സാഹചര്യമാണ് ഇത്തരം അതിവിപ്ലവ ഗ്രൂപ്പുകൾക്ക് വഴിവെക്കു ന്നത്. എല്ലാവിധ ജനാധിപത്യ രാഷ്ട്രീയ പ്രവർത്തനത്തെയും തകർക്കു വാനും രാജ്യവ്യാപകമായി വളർന്നുവരുന്ന ആഗോളവല്ക്കരണ വിരുദ്ധ പ്രക്ഷോഭങ്ങളെ ദുർബ്ബലപ്പെടുത്തുവാനും തകർക്കുവാനും ഇത്തരം ഭീക രവാദ പ്രസ്ഥാനങ്ങളെ ലോകത്തെല്ലായിടത്തും സാമ്രാജ്യത്വ രാഷ്ട്ര ങ്ങൾ ഉപയോഗപ്പെടുത്തുന്നുണ്ട്. അതിനുള്ള പ്രത്യയശാസ്ത്രമുന്ന ണിയും സംഘടനാസംവിധാനങ്ങളുമെന്ന നിലയിലാണ് ചില എൻ ജി ഒ കളെ സാമ്രാജ്യത്വ ഏജൻസികൾ സജ്ജീകരിച്ചിരിക്കുന്നത്.

മാവോയിസ്റ്റുകളുടെ ഈ അതിവിപ്ലവത്തിന്റെയും ഭീകരവാദ രാഷ്ട്രീയത്തിന്റെയും രാഷ്ട്രീയ പ്രത്യയശാസ്ത്ര നിലപാടുകൾ മാർ ക്സിസത്തിനന്യമായ വർഗ്ഗ വീക്ഷണങ്ങളാണ്. സാമ്രാജ്യത്വത്തെയും വർഗ്ഗബന്ധങ്ങളെയും ഭരണകൂടത്തെയും വസ്തുനിഷ്ഠമായി വിലയി രുത്തുന്നതിൽ സംഭവിച്ച വ്യതിയാനങ്ങൾ വിപ്ലവമാർഗ്ഗത്തെ സംബന്ധിച്ച തെറ്റായ ഇത്തരം സംഘടനകളെ ഭരിക്കുന്ന അന്യവർഗ്ഗചിന്താഗതിക ളുടെ കൂടി സ്വാധീനഫലമാണ്. ആഗോളവല്ക്കരണം സൃഷ്ടിക്കുന്ന സങ്കീർണ്ണ സാഹചര്യത്തെ വിശകലനം ചെയ്യുന്നതിൽ പറ്റുന്ന പാളിച്ച കൾ തൊഴിലാളിവർഗ്ഗരാഷ്ട്രീയത്തിനും വിപ്ലവശക്തികൾക്കുമെതിരായ പിൻതിരിപ്പൻ കടന്നാക്രമണങ്ങളെയും പ്രത്യയശാസ്ത്രങ്ങളെയും സഹായിക്കുന്നതിലേക്കാണ് ഇത്തരം ഗ്രൂപ്പുകളെ എത്തിക്കുന്നത്. നവ ലിബറൽകാലത്തെ സാമ്രാജ്യത്വം മൂലധനാധിപത്യത്തിനെതിരായ എല്ലാ വിധ പ്രസ്ഥാനങ്ങളെയും മുന്നേറ്റങ്ങളെയും എതിർക്കുകയും നിർദ്ദയം അടിച്ചമർത്തുകയും ചെയ്യുമ്പോൾതന്നെ ഇത്തരം പ്രസ്ഥാനങ്ങളുടെ ചിന്താദൗർബല്യങ്ങളെയും അവയിലെ പഴുതുകളെയും തങ്ങൾക്കനു കൂലമാക്കിമാറ്റാൻ ആസൂത്രിതമായിതന്നെ ശ്രമിക്കുന്നു. അന്താരാഷ്ട്ര സന്നദ്ധ സംഘടനാ ബുദ്ധിജീവികളുടെ മുൻകൈയ്യിൽ ഇതിനായി നാനാ വിധമായ പ്രത്യയശാസ്ത്ര മുന്നണികളും വിഘടന വിപ്ലവ സിദ്ധാന്ത ങ്ങളും രൂപപ്പെടുത്തിയിട്ടുണ്ട്.

മാർക്സിസത്തെ എതിർക്കുന്ന മതം, ലിംഗം, വംശം, ന്യൂനപക്ഷം തുടങ്ങിയവയെ കേന്ദ്രമാക്കിക്കൊണ്ടുള്ള സ്വത്വരാഷ്ട്രീയഗ്രൂപ്പുകളെ പ്രോത്സാഹിപ്പിക്കുകയും ഇവയെ ഉപയോഗിച്ച് മാർക്സിസത്തെ അതിന്റെ ജന്മസിദ്ധമായ വർഗ്ഗന്യൂനീകരണത്തിൽനിന്നും രക്ഷിക്കുവാ നുള്ള സൈദ്ധാന്തിക യജ്ഞങ്ങളും സാമ്രാജ്യത്വം വ്യാപകമാക്കിയിട്ടു ണ്ട്. തൊഴിലാളിവർഗ്ഗം ഒരു വിപ്ലവശക്തിയല്ലാതായി കഴിഞ്ഞിരിക്കുന്നു വെന്നതുപോലുള്ള വ്യാപകമായ പ്രചാരണങ്ങളുടെ പിൻബലത്തോടെ യാണ് പിന്നോക്ക രാജ്യങ്ങളിലെ കാർഷിക സമൂഹങ്ങളുടെയും ആദി വാസികളുടെയും സായുധസമരസിദ്ധാന്തങ്ങൾ പടച്ചുവിടുന്നത്. മൂലധ നവ്യവസ്ഥയുടെ കേന്ദ്രഘടനയിൽനിന്നും അസന്തുലിതമായ മുതലാ ളിത്ത വികസനത്തിന്റേതായ കോർപ്പറേറ്റ് ചൂഷണത്തിൽനിന്നും ലിംഗം, വംശം, പരിസ്ഥിതി, ന്യൂനപക്ഷം, പിന്നോക്കാവസ്ഥ തുടങ്ങിയ വിഷയ

ങ്ങളെ അടർത്തിയെടുത്ത് വിശകലനം ചെയ്യുന്ന സൈദ്ധാന്തിക നില പാടുകളെ സാക്ഷിയാക്കിക്കൊണ്ടാണ് ഇത്തരം വിപ്ലവ സിദ്ധാന്തങ്ങൾ പ്രചരിക്കുന്നത്. 1960 കളിൽ പ്രചാരം നേടിയ മാർക്സിസത്തിന്റെ പേരി ലുള്ള മിക്കപ്പോഴും അങ്ങേയറ്റം ആശയവാദപരമായ ബൂർഷ്വാ അക്കാദ മിക് പഠനങ്ങളാണ് ഇത്തരം അതിവിപ്ലവത്തിനും വിഘടനവാദത്തിനും അവലംബം. അസ്പഷ്ട വിമോചന വീക്ഷണങ്ങളിലധിഷ്ഠിതമായ സായുധസമരങ്ങളും ഫ്രാൻസിലെ വസന്തകലാപവും ബ്ലാക്ക്പാന്ത റിനെപ്പോലുള്ള മർദ്ദിത പ്രസ്ഥാനങ്ങളും എല്ലാം ഈയൊരു മാർക്സിസ്റ്റ് വിരുദ്ധ ചിന്താപദ്ധതികൾക്ക് ആക്കം കൂട്ടിയിട്ടുണ്ട്. ചൈനയിലെ സാംസ്കാരിക വിപ്ലവവുമായി ബന്ധപ്പെട്ട് വളർന്നുവന്ന അരാജക വീക്ഷ ണങ്ങളും മാർക്സിസ്റ്റ് വിരുദ്ധമായ ചിന്താപദ്ധതികൾക്ക് സഹായകര മായി തീർന്നിട്ടുണ്ട്.

സി പി എസ് യുവും സി പി സിയുമായുള്ള മഹത്തായ സംവാദ ത്തിന്റെ കാലത്ത് ആരംഭിച്ച സോഷ്യലിസ്റ്റ് ചേരിക്കകത്തെ ഭിന്നതകളെ ശത്രുതാപരമാക്കിമാറ്റുന്നതിൽ സാമ്രാജ്യത്വശക്തികൾ വളരെ കൗശല പൂർവ്വമായ കരുനീക്കങ്ങൾ നടത്തിയിരുന്നു. സോവിയറ്റ് യൂണിയനും ജനകീയ ചൈനയും തമ്മിലുള്ള അഭിപ്രായ വ്യത്യാസങ്ങൾ അക്കാ ലത്ത് കമ്യൂണിസ്റ്റ് പ്രസ്ഥാനത്തിൽ സൃഷ്ടിച്ച സന്ദിഗ്ധതകളും ഭിന്ന തകളും ഉപയോഗിച്ച് മാർക്സിസ്റ്റ് വിരുദ്ധമായൊരു പ്രത്യയശാസ്ത്രത്തെ പോഷിപ്പിക്കുവാൻ അമേരിക്കൻ ബുദ്ധികേന്ദ്രങ്ങൾ പദ്ധതികളിട്ടിരുന്നു. സോഷ്യലിസ്റ്റ് രാജ്യങ്ങളിലെ വ്യതിയാനങ്ങളെ മനസ്സിലാക്കുന്നതിൽ സംഭവിച്ച പാളിച്ചകൾ സോവിയറ്റ് യൂണിയനെ സോഷ്യൽ സാമ്രാജ്യ ത്വമായി വിലയിരുത്തുന്നതിലേക്ക് വരെ എത്തി. സോവിയറ്റ് യൂണിയ നിലെ മുതലാളിത്ത പുനഃസ്ഥാപനത്തിന് കാരണമായ രാഷ്ട്രീയപ്രത്യ യശാസ്ത്ര പ്രശ്നങ്ങളെ വസ്തുനിഷ്ഠമായി വിലയിരുത്തുവാൻ വിസ മ്മതിക്കുകയും അമേരിക്കയ്ക്ക് തുല്യമായ വൻശക്തിയായി ചിത്രീകരി ക്കുകയും ചെയ്തു. അമേരിക്കൻ സാമ്രാജ്യത്വത്തേക്കാൾ അക്രമകാരി യായ സാമ്രാജ്യത്വമായി സോവിയറ്റ് യൂണിയനെ കാണുന്ന അബദ്ധ സിദ്ധാന്തത്തിലേക്കാണ് പിന്നീട് ഈയൊരു സമീപനം സ്വീകരിച്ച എം എൽ സംഘടനകൾ എത്തിയത്.

വർഗ്ഗസഹകരണ നിലപാടുകളിൽ നിന്ന് ഏഷ്യനാഫ്രിക്കൻ രാജ്യ ങ്ങളുടെ സ്വാതന്ത്ര്യത്തെക്കുറിച്ചുള്ള ക്രുഷ്ചേവൈറ്റ് വിശകലനങ്ങളും സി പി സിയുടെ പേരിൽ പുറത്ത് വന്ന സോവിയറ്റ് യൂണിയനെ മുഖ്യ ശത്രുവായി കാണുന്ന മൂന്ന് ലോകസിദ്ധാന്തങ്ങളുമെല്ലാം ലെനിൻ നിരീ ക്ഷിച്ചതുപോലെ ഒരു ചരിത്രകാലഘട്ടത്തെ വിലയിരുത്തുന്നതിലും മന സ്സിലാക്കുന്നതിലുമെല്ലാം സംഭവിച്ച ഗുരുതരമായ പാളിച്ചകളായിരുന്നു. അന്യവർഗ്ഗചിന്തകളുടെ പിറകെ ഇഴയുന്ന മാവോയിസ്റ്റുകളുടെ നവകൊ ളോണിയലിസത്തെക്കുറിച്ചുള്ള വിശകലനങ്ങൾ ലെനിനിസ്റ്റ് നിലപാടു കളിൽ നിന്നുള്ള വ്യതിചലനസിദ്ധാന്തങ്ങളാണ്. പഴയ ചൈനീസ് നില

പാടുകളിൽ നിന്ന് വികസിപ്പിച്ചെടുത്ത ഒറ്റ സാമ്രാജ്യത്വത്തിന് കീഴിലുള്ള പാവഭരണമാണ് 'പുത്തൻ കൊളോണിയലിസം' എന്നതുപോലുള്ള വിലയിരുത്തലുകൾ ഏഷ്യനാഫ്രിക്കൻ ലാറ്റിനമേരിക്കൻ നാടുകളിലെ സാമൂഹ്യ യാഥാർത്ഥ്യങ്ങളെയും ഭരണകൂടത്തെയുമെല്ലാം സംബന്ധിച്ച തെറ്റായ വിശകലനങ്ങളിലേക്കാണവരെ എത്തിച്ചത്. തൊഴിലാളിവർഗ്ഗ രാഷ്ട്രീയത്തെയും വർഗ്ഗസമരത്തെയും നിരാകരിക്കുന്ന സായുധവിപ്ലവ സിദ്ധാന്തങ്ങളും നവീന മാർക്സിസ്റ്റ് പഠനങ്ങളും സാമ്രാജ്യത്വവും കോള നികളും തമ്മിലുള്ള ബന്ധത്തെ സംബന്ധിച്ച ആശയക്കുഴപ്പങ്ങൾ സൃഷ്ടിക്കുന്ന വിശകലനങ്ങളുമാണ് മാവോയിസ്റ്റ് പ്രത്യയശാസ്ത്രത്തെ നിർണ്ണയിച്ചത്.

സാമ്രാജ്യത്വത്തെ മുതലാളിത്തത്തിന്റെ ഗുണപരമായി ഉയർന്ന ഘട്ട മായി കാണുന്ന ലെനിനിസ്റ്റ് പാഠങ്ങളെ തിരസ്കരിക്കുന്ന, സാമ്രാജ്യ ത്വത്തിന്റെയും ഫിനാൻസ് മൂലധനത്തിന്റെയും വളർച്ചയെയും സവിശേ ഷതകളെയും മനസ്സിലാക്കുവാൻ വിസമ്മതിക്കുന്ന സൈദ്ധാന്തിക പരി സരത്തെയാണ് മാവോയിസ്റ്റുകൾ പിൻപറ്റുന്നത്. ശീതയുദ്ധകാലത്ത് ആരംഭിച്ചതും സോവിയറ്റ് യൂണിയന്റെ തകർച്ചയോടെ ശക്തിപ്പെട്ടതു മായ മാർക്സിസ്റ്റ് വിരുദ്ധമായ ചിന്താപരിസരം. സാമ്രാജ്യത്വ പ്രതിഭാ കേന്ദ്രങ്ങൾ വികസിപ്പിച്ചെടുത്ത അന്യവർഗ്ഗ വീക്ഷണങ്ങളുടെ ഒരു ഹിമ പാതം തന്നെയാണല്ലോ ചിന്താരംഗത്ത് കഴിഞ്ഞ കുറേ ദശകങ്ങളായി സംഭവിച്ചുകൊണ്ടിരിക്കുന്നത്. അതായത് ഉല്പാദന ബന്ധങ്ങളുടെ അപ ഗ്രഥനത്തിലൂന്നുന്ന മാർക്സിസ്റ്റ് പഠനങ്ങളുമായി വിദൂരബന്ധംപോലു മില്ലാത്ത സിദ്ധാന്ത പ്രവാഹമാണ് സംഭവിച്ചുകൊണ്ടിരിക്കുന്നത്. സാമ്രാ ജ്യത്വത്തെ അതുൾക്കൊള്ളുന്ന ലെനിനിസ്റ്റ് അർത്ഥകല്പനകളിൽ നിന്ന് മനസ്സിലാക്കുവാൻ കൂട്ടാക്കാത്ത ബൂർഷ്വാഅക്കാദമിക്പഠനങ്ങളും തൊഴിലാളി വർഗ്ഗത്തിന്റെ രാഷ്ട്രീയത്തെ അവിശ്വസിക്കുന്ന വിപ്ലവസിദ്ധാ ന്തങ്ങളുമാണ് പുതിയ യുഗസിദ്ധാന്തവും ജനകീയയുദ്ധത്തിന്റെ പേരി ലുള്ള സായുധ സാഹസികതാവാദവും മുന്നോട്ട് കൊണ്ടുവന്നിരി ക്കുന്നത്.

മുതലാളിത്ത രാജ്യങ്ങളും കോളനികളും തമ്മിലുള്ള ബന്ധം സാമ്രാ ജ്യത്തെക്കുറിച്ചുള്ള പഠനങ്ങളിൽ പ്രധാനമാണെന്ന് ലെനിൻ അപഗ്ര ഥിച്ചിട്ടുള്ളതാണ്. മുതലാളിത്തം അതിന്റെ ആവിർഭാവകാലംതൊട്ടേ ആഗോളസ്വഭാവം പ്രകടമാക്കിയിട്ടുണ്ട്. കമ്യൂണിസ്റ്റ് മാനിഫെസ്റ്റോ ബൂർഷ്വാസി സ്വന്തം പ്രതിച്ഛായയിൽ ലോകത്തെ പുനർവാർത്തെടുക്കു കയാണെന്ന് നിരീക്ഷിക്കുന്നുണ്ട്.

സ്വതന്ത്രമത്സരത്തിന്റേതെന്ന് വിവക്ഷിക്കുന്ന കാലഘട്ടത്തിൽ നിന്നും കുത്തകകളിലേക്കും ഫിനാൻസ് പ്രഭുത്വത്തിലേക്കും വളരുന്നത്, അതിന്റെ (സ്വതന്ത്ര മത്സരാധിഷ്ഠിതമായ മുതലാളിത്തത്തിന്റെ) ആന്ത രിക വൈരുദ്ധ്യങ്ങളുടെ പ്രവർത്തനഫലമായി, നേർവിപരീതമായ കുത്ത കഘട്ടത്തിലേക്ക് പ്രവേശിക്കുന്നതിന്റെ പ്രക്രിയയിൽ ഊന്നിനിന്നുകൊ

ണ്ടാണ്. ഉല്പാദന ബന്ധങ്ങൾക്കകത്ത് മൂലധനത്തെക്കുറിച്ചുള്ള മാർ ക്സിന്റെ പഠനങ്ങളുടെ തുടർച്ചയായിട്ടാണ് സാമ്രാജ്യത്വവും അധിനി വേശിത രാജ്യങ്ങളും തമ്മിലുള്ള ബന്ധത്തെ ലെനിൻ വിശദീകരിച്ചത്. എന്നാൽ മാവോയിസ്റ്റുകൾ പുത്തൻ കൊളോണിയലിസത്തെ ലെനിനിസ്റ്റ് പഠനങ്ങളിൽ നിന്നും ഉയർന്ന ഘട്ടത്തിലേക്ക് മുതലാളിത്തത്തിന് സംഭ വിച്ച പരിണാമവും വളർച്ചയുമായിട്ടാണ് അവതരിപ്പിക്കപ്പെടുന്നത്. സാമ്രാ ജ്യത്വത്തെക്കുറിച്ചുള്ള പല ബൂർഷ്വാ പഠനങ്ങളെയും പിൻപറ്റുന്ന വൈകാരികമായ സാമ്പത്തികശാസ്ത്രസമീപനങ്ങളാണ് ഇവർക്കിടയിൽ സ്വാധീനം ചെലുത്തുന്നത്.

സാമ്രാജ്യത്വത്തെ സംബന്ധിച്ച സമഗ്രമോ ആധികാരികമോ ആയ പഠനങ്ങളൊന്നും മാവോയിസ്റ്റ് സംഘടനകൾ നടത്തിയതായി കാണു ന്നില്ല. മാർക്സിസ്റ്റ് പഠനങ്ങളുടെയും വിവരങ്ങളുടെയും അഭാവം സൃഷ്ടി ക്കുന്ന ശൂന്യതയിലൂടെ കടന്നുവരുന്ന അന്യവർഗ്ഗവീക്ഷണങ്ങളാണ് മാവോയിസ്റ്റ് ഗ്രൂപ്പുകളെയെല്ലാം സ്വാധീനിച്ചിരിക്കുന്നത്. ഒരർത്ഥത്തിൽ അന്യവർഗ്ഗ വീക്ഷണങ്ങളുടെ പുറകെ ഇഴയുന്ന സൈനിക സാഹസിക സംഘങ്ങൾ മാത്രമാണ് മാവോയിസ്റ്റുകൾ.

1970 കളുടെ അവസാനത്തിലെത്തുമ്പോഴേക്കും പ്രത്യയശാസ്ത്ര പരമായും സംഘടനാപരമായും ശിഥിലമായിപ്പോയ ഇന്ത്യ ഉൾപ്പെടെ യുള്ള രാജ്യങ്ങളിലെ എം എൽ സംഘടനകളിൽപ്പെട്ടവർ നേരിട്ട സന്ദി ഗ്ദ്ധസ്ഥിതിയിലാണ് നാനാവിധമായ അന്യവർഗ്ഗ സിദ്ധാന്തങ്ങളുടെ സ്വീകാര്യതയ്ക്ക് ആക്കം കൂടിയത്. മനുഷ്യവംശത്തിന്റെ വിമോചനത്തി ലേക്ക് നയിക്കുന്ന വർഗ്ഗസമരത്തെ സംബന്ധിച്ച ആശയങ്ങൾ നിർണ്ണ യനവാദപരവും വർഗ്ഗന്യൂനീകരണവുമാണെന്നുള്ള നവീന ഇടതുപക്ഷ ചിന്താധാരകൾ ഇവരിൽ പലരെയും പ്രലോഭിപ്പിക്കുകയും സ്വാധീനി ക്കുകയും ചെയ്തു.

മനുഷ്യവംശത്തിന്റെ ഭൗതികവും ആത്മീയവും സത്താപരവുമായ ആവശ്യകതകൾക്ക് കൂടുതൽ അർത്ഥപൂർണ്ണമായ ബദലുകൾ തേടുക യാണെന്ന വ്യാജേന ഇവരിൽ പലരും മാർക്സിസം ലെനിനിസം ഉപേ ക്ഷിച്ചു. ചിലർ കൂടുതൽ തീവ്രമായി വർഗ്ഗസമരത്തെ വ്യാഖ്യാനിക്കു കയും നിലവിലുള്ള ഇടതുപക്ഷത്തിൽ നിന്ന് വ്യത്യസ്തമായി യഥാർത്ഥ ഇടതുപക്ഷത്തെക്കുറിച്ചുള്ള കാല്പനിക ചിന്തകൾ നെയ്തുണ്ടാക്കി. നിലവിലുള്ള തൊഴിലാളി വർഗ്ഗത്തിന്റെ രാഷ്ട്രീയവും സംഘടനകളും പ്രചാരം നഷ്ടപ്പെട്ട നാണയംപോലെ തിരസ്കരിക്കപ്പെടേണ്ടതാണെന്ന പ്രചാരണമാണ് ഇത്തരക്കാർ വൻമാധ്യമ സഹായത്തോടെ അഴിച്ചു വിട്ടത്.

മതം, വംശം, ദേശീയത, ന്യൂനപക്ഷം, പ്രാദേശികത തുടങ്ങിയ സ ത്വവാദപരമായ പദസഞ്ചയങ്ങളും ഗണകല്പനകളും സമൃദ്ധമായി ഉപ യോഗിച്ചുകൊണ്ട് മാർക്സിസ്റ്റ് ലെനിനിസ്റ്റ് സമീപനങ്ങളെയാകെ പ്രമാ ണമാത്രവാദവും യാഥാസ്ഥിതികവുമായി അടച്ചാക്ഷേപിക്കുന്ന പ്രവണ

തകൾ ചിന്താരംഗത്ത് സജീവമാക്കിക്കൊണ്ടാണ് ഇടതുതീവ്രവാദവും ബൂർഷ്വാവലതുപക്ഷവും ഇടതുപക്ഷ രാഷ്ട്രീയത്തിനെതിരെ കൈകോർത്ത് പിടിച്ചിരിക്കുന്നത്. ഇരുകൂട്ടരും ഇടതുപക്ഷപ്രസ്ഥാനത്തെ ആക്രമിക്കുന്നു. വിപ്ലവനാട്യം നിലനിർത്തിക്കൊണ്ട് പല മാവോയിസ്റ്റ് ഗ്രൂപ്പുകളും ബുദ്ധിജീവികളും സാമ്രാജ്യത്വത്തിന്റെ പ്രത്യയശാസ്ത്ര താല്പര്യങ്ങളെ വിശ്വസ്തതയോടെ സേവിക്കുകയാണ്. മത പുനരുത്ഥാനത്തെയും മതമൗലികവാദത്തെയും സാമ്രാജ്യത്വത്തിന്റെ നവകൊളോണിയലിസത്തിനെതിരായ പ്രതിരോധവും പ്രതികരണവുമായിട്ടാണ് മാവോയിസ്റ്റുകൾ വിശകലനം ചെയ്യുന്നത്!

പാർലമെന്ററി സമരവും പാർലമെന്ററിസവും

പാർലമെന്ററി ജനാധിപത്യം (പരിമിതികളോടെയാണെങ്കിലും) നിലനില്ക്കുന്ന എല്ലാ രാജ്യങ്ങളിലും അതിനെ വർഗ്ഗസമരത്തിന്റെ വേദി യാക്കുക എന്നത് ചിരസമ്മതമായൊരു മാർക്സിസ്റ്റ് നിലപാടാണ്. എന്നാൽ മാവോയിസ്റ്റുകൾ പാർലമെന്റിൽ പങ്കെടുക്കുന്നതിനെയും തിര ഞ്ഞെടുപ്പിൽ മത്സരിക്കുന്നതിനെയും ലക്ഷണമൊത്ത തിരുത്തൽവാ ദവും സോഷ്യൽ ഡെമോക്രാറ്റിക് വ്യതിയാനവുമായിട്ടാണ് കാണുന്ന ത്. തിരഞ്ഞെടുപ്പും പാർലമെന്ററി മാർഗ്ഗങ്ങളും മാത്രമാണ് വിപ്ലവമാർഗ്ഗം എന്ന് ഉരുവിടുന്ന വലതുപക്ഷ അവസരവാദികളെപ്പോലെ സായുധസ മരം മാത്രമാണ് മോചനമാർഗ്ഗം എന്ന നിലപാടാണ് മാവോയിസ്റ്റുകളും വെച്ചുപുലർത്തുന്നത്. അവരുടെ പാർട്ടിരേഖകളും പ്രസിദ്ധീകരണങ്ങളും തിരഞ്ഞെടുപ്പ് ബഹിഷ്കരണത്തെ ഒരു തന്ത്രപരമായ മുദ്രാവാക്യമാ യിട്ടാണ് മുന്നോട്ട് വെക്കുന്നത്. കോർപ്പറേറ്റ് മൂലധനവും പണാധിപ ത്യവും പാർലമെന്ററി ജനാധിപത്യത്തിനും തിരഞ്ഞെടുപ്പിനും ഭീഷണി യായി കഴിഞ്ഞിട്ടുണ്ടെന്നതും ബുർഷ്വാ രാഷ്ട്രീയത്തിന്റെ അപചയം അസ്സഹനീയമായി തീർന്നിട്ടുണ്ടെന്നതും വസ്തുതയായിരിക്കുമ്പോൾ തന്നെ ഇന്ത്യയുടെ പാർലമെന്ററി ജനാധിപത്യം അപ്രസക്തമായി എന്നു പറയാൻ യാഥാർത്ഥ്യബോധമുള്ള ഒരാൾക്കുമാവില്ല.

ഇന്ത്യയിലെ പാർലമെന്ററി വ്യവസ്ഥ കപടമാണെന്നാണ് മാവോ യിസ്റ്റുകൾ വിലയിരുത്തുന്നത്. 1947 ൽ ഇന്ത്യക്ക് സ്വാതന്ത്ര്യം ലഭിച്ചിട്ടി ല്ലെന്ന ആശയക്കുഴപ്പം നിറഞ്ഞ നിലപാടിൽ നിന്നാണ് മാവോയിസ്റ്റു കൾ ഇന്ത്യൻ രാഷ്ട്രീയവ്യവസ്ഥയെയും പാർലമെന്ററി സംവിധാന ത്തെയും വിലയിരുത്തുന്നത്. പാർലമെന്റും അസംബ്ലികളും കപടമാ ണെന്ന അബദ്ധപൂർണ്ണമായ കാഴ്ചപ്പാടാണ് മാവോയിസ്റ്റുകളുടേത്.

ഇന്ത്യൻ ഭരണകൂടം വിപ്ലവ പൂർവ്വ ചൈനയിലെ ഭരണകൂടംപോലെയാ ണെന്നാണവരുടെ വിശകലനം. ഏതൊരു ഭരണകൂടത്തിന്റെയും സ്വഭാ വമെന്നത് അതിനെ നിർണ്ണയിക്കുന്ന വർഗ്ഗങ്ങളുടെ സ്വഭാവമായിരിക്കു മെന്ന് മാർക്സ് വിശദീകരിച്ചിട്ടുണ്ട്. നാടുവാഴിത്തത്താലും കോമ്പ്രദോർ ഉദ്യോഗസ്ഥ ബൂർഷ്വാസിയാലും നയിക്കപ്പെടുന്നതാണ് ഇന്ത്യൻ ഭരണ കൂടമെന്നും ഇന്ത്യ പഴയ ചൈനയെപ്പോലെ അർദ്ധകോളനി അർദ്ധഫ്യൂ ഡൽ ആണെന്നാണ് മാവോയിസ്റ്റുകളുടെ പരിപാടി വിലയിരുത്തുന്നത്. അർദ്ധകോളനി അർദ്ധഫ്യൂഡൽ രാജ്യങ്ങളിൽ ജനാധിപത്യ വിപ്ലവ ത്തിന്റെ പാത ജനകീയ യുദ്ധം മാത്രമാണെന്നാണ് അവരുടെ ധാരണ. ഇന്ത്യയിലെ പ്രധാനപ്പെട്ട എം എൽ ഗ്രൂപ്പുകളെല്ലാം ഈയൊരു നില പാട് നിരാകരിച്ച് കഴിഞ്ഞിട്ടുണ്ട്. പലരും പാർലമെന്ററി ജനാധിപത്യ ത്തിന്റെ പാതയിൽ വന്നിട്ടുമുണ്ട്.

ഇന്ത്യൻ മാവോയിസ്റ്റുകളുടെ ഇത്തരം അബദ്ധജഡിലമായ നില പാടുകൾ നേപ്പാളിലെ മാവോയിസ്റ്റുകൾ അവജ്ഞാപൂർവ്വം തള്ളിക്കള ഞ്ഞിരിക്കുകയാണ്. ചൈനീസ് ജനകീയയുദ്ധമാതൃകയെ യാന്ത്രികമായി നടപ്പാക്കിക്കൊണ്ട് ജനാധിപത്യ വിപ്ലവം സഫലമാക്കാൻ കഴിയില്ലെ ന്നാണ് പ്രചണ്ഡ വ്യക്തമാക്കിയിട്ടുള്ളത്. അദ്ദേഹം ഒരു നേപ്പാളി മാസി കയ്ക്ക് നൽകിയ അഭിമുഖത്തിൽ ഇക്കാര്യം വെട്ടിത്തുറന്ന് പറയുന്നുണ്ട്.

> പുതിയത് അല്ലെങ്കിൽ വേറിട്ട അനുഭവമെന്ന് ഞങ്ങൾ പറയു മ്പോൾ അത് വിപ്ലവത്തെ സംബന്ധിച്ചാണ്. ആഗോളവും ദേശീ യവുമായ സാഹചര്യങ്ങളും ശാസ്ത്രത്തിന്റെയും സാങ്കേതിക വിദ്യയുടെയും വികാസവും പരിഗണിക്കുമ്പോൾ വിപ്ലവത്തെ മുന്നോട്ട് നയിക്കുവാൻ പുതിയ തീർപ്പുകൾ കണ്ടെത്തേണ്ടിവരും. അതായത് പുതിയതും വേറിട്ടതുമായ അനുഭവം... ജനകീയയുദ്ധം വഴി കെട്ടിപ്പടുത്ത രാഷ്ട്രീയാടിത്തറമൂലം മുന്നോട്ട് പോകാനാ വുമെന്നും സ്വാതന്ത്ര്യം സമാധാനപരമായ രീതിയിൽ നേടാനാ വുമെന്നും അങ്ങനെ ഒരു പുതിയ സമൂഹം സൃഷ്ടിക്കാമെന്നും ഞങ്ങൾ കരുതുന്നു. ഇപ്പോൾ ആ ഒരു പരീക്ഷണമാണ് നടത്തി ക്കൊണ്ടിരിക്കുന്നത്. ഇത് എല്ലായ്പോഴും സമാധാനപരമായിരി ക്കണമോ അക്രമാസക്തമാവണോ എന്നത് ഞങ്ങളെ മാത്രം ആശ്രയിച്ചിരിക്കുന്ന കാര്യമല്ല. അത് ഞങ്ങളുടെ ശത്രുക്കളെക്കൂടി ആശ്രയിച്ചിരിക്കുന്ന കാര്യമാണ്.

സായുധ സമരത്തെ ഏകമാത്ര സമരരൂപമായി കാണുന്ന വരട്ടു തത്ത്വവാദപരമായ നിലപാടുകളല്ല നേപ്പാൾ മാവോയിസ്റ്റുകൾ ഇപ്പോൾ സ്വീകരിച്ചിരിക്കുന്നത്. സാഹചര്യങ്ങളിൽ വന്ന മാറ്റത്തെയും ജനാധിപ ത്യത്തിന് വേണ്ടിയുള്ള സമരങ്ങളിലെ വിശാലമുന്നണിയെക്കുറിച്ചു മെല്ലാം യാഥാർത്ഥ്യത്തോട് കൂടുതൽ അടുക്കുന്ന നിലപാടുകൾ സ്വീക

രിക്കുവാൻ അവർ ശ്രമിക്കുന്നുണ്ട്. ഇക്കാര്യങ്ങളൊന്നും ഇന്ത്യൻ മാവോ യിസ്റ്റുകൾ പരിഗണിക്കുന്നേയില്ല. ലെനിൻ ചൂണ്ടിക്കാട്ടിയിട്ടുള്ളതുപോലെ പ്രത്യയശാസ്ത്രഅന്ധതമൂലം അവർ അതിന് അപ്രാപ്തരുമാണ്.

പാർലമെന്ററി സമരങ്ങളെ പുച്ഛിക്കുന്ന ഇന്ത്യൻ മാവോയിസ്റ്റുകളും അവരുടെ സഹായികളായ സന്നദ്ധസംഘടനാ ബുദ്ധിജീവികളും മാർക്സിസത്തിനന്യമായ വീക്ഷണങ്ങളിൽപ്പെട്ടുപോയവരാണ്. വിപ്ലവ സമരങ്ങളുടെ രൂപവൈവിധ്യവും സങ്കീർണ്ണതയും വിസ്മരിച്ചുകളയുന്ന ഇക്കൂട്ടർ വിപ്ലവത്തിന് സായുധമാർഗ്ഗമേയുള്ളൂ എന്ന് ഉരുവിട്ടുകൊണ്ടി രിക്കുന്ന ഒറ്റമൂലി ചികിത്സകരാണ്. ഇത്തരക്കാരെക്കുറിച്ച് ഇടതുപക്ഷ കമ്മ്യൂണിസം ഒരു ബാലാരിഷ്ടത എന്ന കൃതിയിൽ ലെനിൻ പറയുന്നത് നോക്കൂ;

> തൊഴിലാളിവർഗ്ഗ പ്രസ്ഥാനത്തിന്റെയും സോഷ്യലിസത്തിന്റെയും വളർച്ചയുടെ ഏതെങ്കിലും ഒരു പ്രത്യേക രൂപത്തിൽ ആകൃഷ്ട രായതാണ് അവരുടെ പാപ്പരത്വത്തിന്റെ കാരണം. ഈ രൂപത്തിന്റെ ഏകപക്ഷീയ സ്വഭാവം അവർ മറക്കുന്നു. വസ്തുനിഷ്ഠമായ സാഹചര്യങ്ങൾമൂലം സംഭവിച്ച വ്യക്തമായ ചേരിതിരിവുകൾ കാണാനവർക്ക് ഭയമാണ്. എന്നിട്ട് ലഘുവും പ്രത്യക്ഷത്തിൽ തന്നെ അനിഷേധ്യവുമായ ചില സത്യങ്ങൾ കാണാപ്പാഠം പഠി ച്ചവർ ഉരുവിട്ടുകൊണ്ടിരിക്കും; രണ്ടിനേക്കാൾ വലുതാണ് മൂന്ന് എന്നിങ്ങനെ.

മാർക്സിസ്റ്റ് ആചാര്യന്മാർ പാർലമെന്ററിപാത മാത്രമാണ് മോചന മാർഗ്ഗമെന്ന വലതുപക്ഷനിലപാടുകളെയും പാർലമെന്റും തിരഞ്ഞെടു പ്പുമെല്ലാം കമ്മ്യൂണിസ്റ്റുകാർക്ക് അസ്പൃശ്യമാണെന്നും സായുധ സമരം മാത്രമാണ് വിപ്ലവമാർഗ്ഗം എന്നുമുള്ള ഇടതുതീവ്രവാദ നിലപാടു കളെയും ഒരുപോലെ തള്ളിക്കളയാനാണ് പഠിപ്പിച്ചിട്ടുള്ളത്. പാർലമെന്ററി ജനാധിപത്യം ബുർഷ്വാ ആധിപത്യത്തിന്റെ ഉപകരണമാണെന്നും തൊഴി ലാളിവർഗ്ഗ സർവ്വാധിപത്യം സത്താപരമായിത്തന്നെ വികസിച്ചൊരു ജനാ ധിപത്യമാണെന്നാണ് മാർക്സിസം കല്പിക്കുന്നത്. തൊഴിലാളിവർഗ്ഗ വിപ്ലവത്തിലൂടെ ബുർഷ്വാഭരണകൂടത്തെ തകർത്ത് തൊഴിലാളി വർഗ്ഗ ത്തിന്റെ ജനാധിപത്യവ്യവസ്ഥ യാഥാർത്ഥ്യമാക്കുവാൻ അദ്ധ്വാനിക്കുന്ന വർഗ്ഗങ്ങളെ കൂടുതൽ അണിനിരത്തുവാനും കരുത്തുറ്റതാക്കുവാനും പാർലമെന്ററി വേദി ഉപയോഗപ്പെടുത്തണമെന്നാണ് മാർക്സ് മുതൽ മാവോ വരെയുള്ളവർ പഠിപ്പിച്ചിട്ടുള്ളത്.

പാർലമെന്ററി സമരത്തെയും പാർലമെന്ററിസത്തെയും സംബ ന്ധിച്ച തെറ്റായ ധാരണകളിലാണ് മാവോയിസ്റ്റുകൾ കടിച്ചുതൂങ്ങുന്നത്. തങ്ങളുടെ സെക്ടേറിയൻ നിലപാടുകൾക്ക് അടിസ്ഥാനമായി രണ്ടാം ഇന്റർനാഷണലിന്റെ പാർലമെന്ററി വ്യതിയാനങ്ങളെയാണ് ഇടതുപക്ഷ

തീവ്രവാദികൾ എപ്പോഴും ഉദ്ധരിക്കുന്നത്. പാർലമെന്ററി സമരത്തെ പാർലമെന്ററിസമായി അധഃപതിപ്പിച്ച രണ്ടാം ഇന്റർനാഷണലിന്റെ വ്യതിയാനങ്ങളിലേക്ക് ശ്രദ്ധ ക്ഷണിച്ചുകൊണ്ട് സ:സ്റ്റാലിൻ പറയുന്നത്;

> പാർലമെന്ററി രൂപത്തിലുള്ള സമരത്തിന്റെ അടവുകൾ ഉപയോഗിച്ചു എന്നതല്ല അതർഹിക്കുന്നതിലും കൂടുതൽ പ്രാധാന്യം അതിന് കൊടുത്തു എന്നതാണ്, അത് മാത്രമാണ് സമരത്തിന്റെ രൂപമെന്ന് കരുതിയതാണ് രണ്ടാം ഇന്റർനാഷണലിന്റെ ഘോരമായ അപരാധം. തുറന്ന സമരങ്ങളുടെ കാലം വരികയും പാർലമെന്ററി രൂപത്തിലല്ലാത്ത സമരസമ്പ്രദായങ്ങളുടെ ചോദ്യം മുന്നോട്ടുവരികയും ചെയ്തപ്പോൾ രണ്ടാം ഇന്റർനാഷണൽ ഈ ഉത്തരവാദിത്വത്തിൽ നിന്ന് മുഖം തിരിച്ചു. അതേറ്റെടുക്കുവാൻ കൂട്ടാക്കിയില്ലെന്നതാണ് അപരാധം.

പാർലമെന്റിനെ വർഗ്ഗസമരത്തിന്റെ വേദിയാക്കുകയും മറ്റ് സമരരൂപങ്ങളെയെല്ലാം പോലെ പാർലമെന്ററി പ്രവർത്തനങ്ങളെയും ഏറ്റെടുക്കുക എന്നതാണ് മാർക്സിസ്റ്റ് വിപ്ലവ സിദ്ധാന്തം അനുശാസിക്കുന്നത്. ഈ മാർക്സിസ്റ്റ് പാഠങ്ങൾ മനസ്സിലാക്കുവാൻ തങ്ങളുടെ തെറ്റായ രാഷ്ട്രീയ പ്രത്യയശാസ്ത്ര നിലപാടുകൾമൂലം മാവോയിസ്റ്റുകൾക്ക് കഴിയുന്നില്ല. മാത്രമല്ല തിരഞ്ഞെടുപ്പ് ബഹിഷ്കരണത്തെ തന്ത്രപരമായൊരു മുദ്രാവാക്യമാക്കി ജനാധിപത്യ സംവിധാനങ്ങൾക്ക് നേരെ കടന്നാക്രമണങ്ങൾ നടത്തുന്നത് ജനകീയ യുദ്ധപരിപാടിയിലെ പ്രധാനമായൊരു രാഷ്ട്രീയ കടമയായിട്ടാണ് മാവോയിസ്റ്റുകൾ മുന്നോട്ട് വെച്ചിരിക്കുന്നത്. ബൂത്തുകൾ ആക്രമിക്കുകയും ബാലറ്റ് പെട്ടികൾ തട്ടിക്കൊണ്ടുപോവുകയും പോളിങ്ങ് സ്റ്റേഷനുകളിൽ പോകുന്ന സാധാരണ ജനങ്ങളെ ഭീഷണിപ്പെടുത്തുകയും ചെയ്യുന്ന മാവോയിസ്റ്റുകൾ പലപ്പോഴും ബൂർഷ്വാ രാഷ്ട്രീയത്തിലെ ഏതെങ്കിലുമൊരു ചേരിക്കനുകൂലമായി തങ്ങളുടെ സ്വാധീനമേഖലകളിൽ വോട്ടുചെയ്യാനും ജനങ്ങൾക്ക് നിർദ്ദേശം കൊടുക്കാറുണ്ട്. അങ്ങേയറ്റം പരിഹാസ്യമായ ഈ അവസ്ഥയിലേക്ക് മാവോയിസ്റ്റുകൾ അധഃപതിച്ചുപോയത് മാർക്സിസത്തിനന്യമായ വർഗ്ഗവീക്ഷണങ്ങളിൽപെട്ടുപോയതുകൊണ്ടാണ്. രാഷ്ട്രീയ നയത്തെക്കാളേറെ മാവോയിസ്റ്റുകളെ നയിക്കുന്നത് ബൂർഷ്വാ പ്രയോജനവാദപരമായ വീക്ഷണങ്ങളാണെന്നാണ് ബംഗാളിലെ അവരുടെ തൃണമൂൽ ബന്ധവും നേരത്തെ ആന്ധ്രയിൽ അവർ സ്വീകരിച്ച മാറിമാറിയുള്ള തെലുങ്ക് ദേശവും കോൺഗ്രസുമായുള്ള ബാന്ധവവും ബീഹാറിലെ കോൺഗ്രസും ആർ ജെ ഡി ബാന്ധവവുമെല്ലാം സ്വയം സാക്ഷ്യപ്പെടുത്തുന്നത്. ഛത്തീസ്ഗഡിലും ജാർഖണ്ഡിലുമെല്ലാമുള്ള മാവോയിസ്റ്റ് സ്വാധീനമേഖലകളിൽ ബി ജെ പിയാണല്ലോ പാർലമെന്റിലേക്കും അസംബ്ലിയിലേക്കും പതിവായി ജയിച്ചുകയറുന്നത്.

നക്സലൈറ്റ് പ്രസ്ഥാനത്തിന്റെ ഗതിവിഗതികൾ

'**ഇ**ന്ത്യൻ ചക്രവാളത്തിൽ വസന്തത്തിന്റെ ഇടിമുഴക്കം' എന്ന് പീക്കിങ് റേഡിയോ വിശേഷിപ്പിച്ച നക്സൽ ബാരി കലാപത്തെ തുടർന്നു രൂപംകൊണ്ട സി പി ഐ (എം എൽ) ഇന്ത്യൻ വിപ്ലവത്തിന്റെ മൂർത്ത കടമകളെ ഏറ്റെടുക്കാനാവാതെ ഇന്ന് വിവിധഗ്രൂപ്പുകളായി ശിഥിലീക രിക്കപ്പെട്ടു കഴിഞ്ഞിരിക്കുകയാണ്. മാർക്സിസ്റ്റ്-ലെനിനിസ്റ്റ് അർത്ഥ കല്പനകളിൽനിന്നും വേറിട്ട മാവോയിസം പോലുള്ള വഴി തെറ്റിയ സൈദ്ധാന്തികാവിഷ്കാരങ്ങളിലൂടെ സംഘടിത ഇടതുപക്ഷപ്രസ്ഥാന ങ്ങളിൽ ആശയക്കുഴപ്പവും അരാജകത്വവും സൃഷ്ടിക്കുന്നതിലപ്പുറം ഇട തുപക്ഷ വിമോചന കടമകളെ അതിന് മുന്നോട്ട് കൊണ്ടുപോകാനായി ട്ടില്ല. എംഎൽ പ്രസ്ഥാനത്തിന്റെ ശിഥിലീകരണത്തിനും നവവലതു പക്ഷത്തെ സഹായിക്കുന്ന രാഷ്ട്രീയ പാപ്പരത്വത്തിനും കാരണം അതിന്റെ ആവിർഭാവകാലം തൊട്ടേ സ്വാധീനം ചെലുത്തിയ വിഭാഗീ യവും വരട്ടുതത്ത്വവാദപരവുമായ രാഷ്ട്രീയ പ്രത്യയശാസ്ത്ര നിലപാ ടുകളാണ്.

ഇതിൽ സി പി ഐ (എം എൽ) ലിബറേഷൻപോലുള്ള പ്രധാന ഗ്രൂപ്പുകൾ മുൻകാല വിഭാഗീയതകൾ ഉപേക്ഷിച്ച് ഇടതുപക്ഷവേദിയി ലേക്ക് വന്നുകഴിഞ്ഞിട്ടുണ്ട്. ഇന്ത്യയിൽ വിവിധ പ്രദേശങ്ങളിൽ പ്രവർത്തി ക്കുന്ന പല എം എൽ ഗ്രൂപ്പുകളും ഭൂമിക്കുവേണ്ടിയുള്ള സമരം ഉൾപ്പെടെ വിഷയാധിഷ്ഠിതമായി സി പി ഐ (എം) ഉൾപ്പെടെയുള്ള ഇടതു പക്ഷപാർട്ടികളുമായി സഹകരിച്ച് പ്രവർത്തിക്കുന്നുണ്ട്.

സാമ്രാജ്യത്വത്തെയും വൻകിട ബൂർഷ്വാസി നയിക്കുന്ന ഇന്ത്യൻ ഭരണകൂടത്തെയുംകാൾ മുഖ്യഭീഷണി തിരുത്തൽവാദമാണെന്ന വില യിരുത്തലുകളും അതിന്റെ ഫലമായ സൈദ്ധാന്തിക വ്യതിയാനങ്ങളും

ഫലത്തിൽ പ്രസ്ഥാനത്തെ സംഘടിത ഇടതുപക്ഷപ്രസ്ഥാനങ്ങ ളിൽനിന്നും അകറ്റിക്കളയുകയാണുണ്ടായത്. തിരുത്തൽവാദത്തിനെതി രായ സമരം മുഖ്യ അജണ്ടയായി മാറ്റിയ എം എൽ വിഭാഗങ്ങൾ സാമ്രാ ജ്യത്വ ക്യാമ്പിനെ വെല്ലുവിളിക്കാവുന്ന രീതിയിൽ വളർന്നുവന്ന സോഷ്യ ലിസ്റ്റ് ചേരിയെയും മൂന്നാം ലോക രാജ്യങ്ങളിലെ ദേശീയ വിമോചന പ്രസ്ഥാനങ്ങളെയും ഇന്ത്യയിലെ കമ്യൂണിസ്റ്റ്-ഇടതുപക്ഷ പാർട്ടികളുടെ നേതൃത്വത്തിൽ വളർന്നുവന്ന സമരങ്ങളെയുമെല്ലാം തള്ളിക്കളയുകയോ സംശയപൂർവ്വം വീക്ഷിക്കുകയോ ആണ് ചെയ്തത്.

ജനങ്ങളുടെ വിമോചനവും സമത്വാധിഷ്ഠിതമായ ഒരു സാമൂഹ്യ ക്രമവും സ്വപ്നം കാണുന്ന യുവജനങ്ങളെയും ബുദ്ധിജീവികളെയു മെല്ലാം പലഘട്ടങ്ങളിലായി സ്വാധീനിച്ച പ്രസ്ഥാനമിന്നെത്തിപ്പെട്ട അപ ചയത്തിനും തിരിച്ചടികൾക്കും കാരണമെന്തെന്ന് അന്വേഷിക്കുന്നതിൽ ബഹുഭൂരിപക്ഷം എം എൽ ഗ്രൂപ്പുകളും വിമുഖരാണ്. എഴുപതുകളിലെ തങ്ങളുടെ പാർട്ടി പരിപാടിയെ അന്ധമായി പിന്തുടരുന്നവരാണ് ഈ ഗ്രൂപ്പുകളെല്ലാമെന്നതാണ് യാഥാർത്ഥ്യം.

ഇന്ത്യ അർദ്ധകോളനി അർദ്ധഫ്യൂഡലാണെന്നും ഇന്ത്യൻ ബുർഷ്വാസി ക്രോംമ്പ്രദോർ ആണെന്നുമെല്ലാമുള്ള നിലപാടിൽ തന്നെ യാണ് സി പി ഐ (മാവോയിസ്റ്റ്) നേതാവ് ഗണപതി (മൊപ്പാല ലക്ഷ്മ ണറാവു) മുതൽ കേരളത്തിലെ എം എൻ രാവുണ്ണിവരെയുള്ള മാവോ യിസ്റ്റുകൾ. എഴുപതുകളുടെ പാർട്ടി പരിപാടിയെയും ചാരുമജുംദാറിന്റെ വിപ്ലവലൈനിനെയും തള്ളിപ്പറയുന്നുവെന്ന് നടിക്കുന്ന പല ഗ്രൂപ്പുകളും രൂപപരമായ ചില ബഹുജന പ്രവർത്തനങ്ങൾ നടത്തുന്നുവെന്നതൊഴി ച്ചാൽ എഴുപതുകളിലെ രാഷ്ട്രീയ നിലപാടുകളിൽത്തന്നെ ചുറ്റിത്തിരി യുന്നവരാണ്. ലെനിൻ ഉപദേശിക്കുന്നതുപോലെ കടുംപിടുത്തങ്ങളിൽ കെട്ടിയിടപ്പെട്ട് ചുറ്റിത്തിരിയാതെ സാഹചര്യങ്ങളിൽ വരുന്ന മാറ്റമനുസ രിച്ച് സ്വയം മാറാനും നിലപാടുകളിൽ മാറ്റം വരുത്തുവാനും പല നക്സ ലൈറ്റ് ഗ്രൂപ്പുകൾക്കും സ്വന്തം വിഭാഗീയ വീക്ഷണംമൂലം കഴിയുന്നില്ല.

നക്സൽബാരിക്ക് ശേഷം നാലര ദശകക്കാലത്തിനിടയിൽ സാർവ ദേശീയ തലത്തിലും ദേശീയതലത്തിലുമുണ്ടായ വമ്പിച്ച മാറ്റങ്ങളെയും പ്രസ്ഥാനത്തിനുണ്ടായ തിരിച്ചടികളെയും ശിഥിലീകരണത്തെയും ശാസ്ത്രീയമായി വിലയിരുത്താനും, നിഷേധാത്മക പാഠങ്ങളെ ഉൾക്കൊ ള്ളാനും ബഹുജനങ്ങളിൽനിന്നുള്ള ഒറ്റപ്പെടലിനെ മറികടക്കാനുമുള്ള എല്ലാവിധ അന്വേഷണങ്ങളെയും തിരുത്തൽവാദമെന്നും സോഷ്യൽ ഡെമോക്രാറ്റിക് വ്യതിയാനമെന്നും അടച്ചാക്ഷേപിച്ച് നേരിടുകയാണ് വിഭാഗീയതയുടെ അന്ധകൂപങ്ങളിൽ പെട്ടുപോയ എം എൽ നേതൃത്വ ങ്ങൾ ചെയ്തത്. അടിയന്തരാവസ്ഥയ്ക്കുശേഷം പല തലങ്ങളിലും ശിഥി ലീകൃതമായ പാർട്ടിയെ പുനഃസംഘടിപ്പിക്കാനുള്ള ശ്രമങ്ങൾ എം എൽ വിഭാഗങ്ങൾ ആരംഭിച്ചിരുന്നു. ആ ദിശയിലുള്ള പുനഃസംഘടനാപ്രവർത്ത നങ്ങൾക്ക് ഏറ്റവും തടസ്സമായി നിന്നത് സാമൂഹ്യ യാഥാർത്ഥ്യങ്ങളിൽ

നിന്നകന്ന രാഷ്ട്രീയ സൈദ്ധാന്തിക നിലപാടുകളും ഒറ്റപ്പെട്ടതും വിഭാ ഗീയവുമായ സായുധ പ്രവർത്തനങ്ങളിൽ അഭിരമിക്കുന്ന ഗ്രൂപ്പുമനോ ഭാവവുമായിരുന്നു. വ്യത്യസ്ത എം എൽ ഗ്രൂപ്പുകൾക്കിടയിൽ തന്നെ ഗ്രൂപ്പുമത്സരത്തിന്റേതായ സായുധ സംഘട്ടനങ്ങളും കൊലപാതകവും ആന്ധ്രയിലും ബീഹാറിലുമെല്ലാം സാധാരണമായിരുന്നു.

കേരളത്തിൽ തന്നെ വിഭാഗീയവും രഹസ്യവാദപരവുമായ സംഘ ടനാ ലൈനിൽ നിന്നും ബഹുജന ലൈനിലേക്കുള്ള പാർട്ടിയുടെ മാറ്റ ത്തെയും സാംസ്കാരികവേദിയുടെ പ്രവർത്തനങ്ങളെയുമെല്ലാം സായു ധസമരത്തെ കൈയൊഴിയുന്ന സംഘടനയുടെ രഹസ്യസ്വഭാവത്തെ നഷ്ടപ്പെടുത്തുന്ന റിവിഷനിസ്റ്റ് വ്യതിയാനങ്ങളായിട്ടാണ് സംഘടനയ്ക്ക കത്ത് പിടിമുറുക്കിയ വരട്ടുതത്ത്വവാദികൾ കണ്ടത്. ഉന്മൂലനസമരം ബഹു ജനപിന്തുണയോടെ നടത്തിയ കാഞ്ഞിരംചിറ സമരം (ആലപ്പുഴയിലെ സോമരാജൻ എന്ന കയർ ഫാക്ടറി ഉടമയെ വധിച്ചത്) വിപ്ലവകരമായ ബഹുജന ലൈനിന്റെ ഭാഗമായി ഒരു വിഭാഗം ഉയർത്തിക്കാട്ടുകയുണ്ടായി. എൺപതുകളിൽ കേരളത്തിലെ എം എൽ പാർട്ടിക്കകത്ത് നടന്ന ആശയ സമരം അങ്ങേയറ്റം ബാലിശവും ഉപരിപ്ലവവുമായ വാദപ്രതിവാദങ്ങളു യർത്തിയായിരുന്നു.

സാമൂഹ്യ യാഥാർത്ഥ്യങ്ങളിൽ നിന്നുമകന്നു കഴിയുന്നവരുടെ പെറ്റി ബൂർഷ്വാ വാചകമടികളായിരുന്നു അക്കാലത്തെ രണ്ടു ലൈൻ സമര മെന്ന പേരിൽ നടത്തിയ ആശയസമരം. വർഗ്ഗങ്ങളും ബഹുജനങ്ങളും ഒന്നും അണിചേർന്നിട്ടില്ലാത്ത ഒരു പിടി മദ്ധ്യവർഗ്ഗ ബുദ്ധിജീവികളും അരാജകവാദികളുമായിരുന്നല്ലോ എം എൽ സംഘടനയെന്നത് തന്നെ. സൈനിക ലൈനിലധിഷ്ഠിതമായ ബഹുജന ലൈൻ സ്വീകരിക്കണമോ ബഹുജനലൈനിലധിഷ്ഠിതമായ സൈനിക ലൈൻ സ്വീകരിക്കണമോ എന്നെല്ലാമുള്ള കപടപ്രശ്നങ്ങളായിരുന്നു ബോൾഷെവിക് രാഷ്ട്രീയ സംഘടനാരീതിയെക്കുറിച്ച് അജ്ഞരായ എം എൽ നേതൃത്വമന്ന് ചേരി തിരിഞ്ഞ് ചർച്ച നടത്തിയത്. വിപ്ലവ താല്പര്യങ്ങളാൽ പ്രചോദിതരായി പ്രസ്ഥാനത്തിലേക്കാകർഷിക്കപ്പെട്ട ത്യാഗസന്നദ്ധരായ എത്രയോ യുവ തീയുവാക്കൾ തെറ്റും വിഭാഗീയവുമായ രാഷ്ട്രീയ പ്രയോഗങ്ങളടെ ഫല മായി നിരാശാവാദികളും സർവ്വസംഘടിത പ്രസ്ഥാനങ്ങളിലും വിശ്വാസം നഷ്ടപ്പെട്ട ഒരു ഉപസമൂഹമായി പരിണമിക്കുകയായിരുന്നു.

ഈയൊരു ഘട്ടത്തിലാണ് കേരളത്തിലെ സി പി ഐ (എം എൽ) പാർട്ടി നക്സലൈറ്റ് പ്രസ്ഥാനത്തെ ബഹുജനങ്ങളിൽ നിന്നൊറ്റപ്പെടു ത്തിക്കളഞ്ഞ രാഷ്ട്രീയ സൈദ്ധാന്തിക നിലപാടുകൾ തിരുത്താനും സാമൂഹ്യ യാഥാർത്ഥ്യങ്ങൾക്കനുസൃതമായി ഒരു രാഷ്ട്രീയ പരിപാടി രൂപപ്പെടുത്താനുമുള്ള അന്വേഷണങ്ങൾക്കും രാഷ്ട്രീയ പുനഃസംഘട നയ്ക്കും തുടക്കം കുറിച്ചത്. 1947 നുശേഷം ഇന്ത്യയിൽ രൂപപ്പെട്ട ഔപ ചാരികമായ ജനാധിപത്യ ക്രമത്തെക്കുറിച്ചുള്ള വിശകലനങ്ങളും രണ്ടാം ലോകയുദ്ധാനന്തരം സാമ്രാജ്യത്വം വികസിപ്പിച്ചെടുത്ത നവകൊളോണി

യൽ ഘടനയെക്കുറിച്ചുള്ള പഠനങ്ങളും 1970 ലെ എം എൽ പരിപാടി അപ്രസക്തമാക്കുന്നതായിരുന്നു. ഈ ദിശയിലുള്ള അന്വേഷണങ്ങളും പഠനങ്ങളും വിപ്ലവത്തിന്റെ ഘട്ടം, പാത, വിപ്ലവത്തിന്റെ തന്ത്രം, അടവ്, മുഖ്യവൈരുദ്ധ്യം തുടങ്ങിയവയെല്ലാം സംബന്ധിച്ച് ഗൗരവപരമായ തിരി ച്ചറിവുകളിലേക്കാണ് ഞങ്ങളെപ്പോലുള്ള വലിയൊരു വിഭാഗം പ്രവർത്ത കരെ എത്തിച്ചത്.

1970 ലെ പരിപാടിയും അതിന്റെ പുനരാവിഷ്കരണവും ദേശീയത കളുടെ വിമോചനപ്രക്രിയയെ ഇന്ത്യൻ വിപ്ലവത്തിന്റെ മുഖ്യ ഉള്ളടക്ക മായി മാറ്റുന്ന തരത്തിലാവണമെന്ന വാദം കെ വേണു ഉയർത്തി ക്കൊണ്ടുവന്നു. അസമിലെയും പഞ്ചാബിലെയുമൊക്കെ മതവംശീയാ ടിസ്ഥാനത്തിലുള്ള വിഘടനവാദപ്രസ്ഥാനങ്ങളെ ദേശീയതകളുടെ വിട്ടു പോകാനുള്ള വിപ്ലവസമരമായി വ്യാഖ്യാനിക്കുകയായിരുന്നു വേണു. പഴയ ഉന്മൂലന ലൈനിലധിഷ്ഠിതമായ ജനകീയ യുദ്ധപാതയ്ക്കുപകരം ദേശീയതകളുടെ വിമോചന പാത മുന്നോട്ടുവെക്കുകയായിരുന്നു. ഇത് എം എൽ രാഷ്ട്രീയത്തിന്റെ വിഭാഗീയതയുടെ അടിസ്ഥാനമായ രാഷ്ട്രീയ പ്രത്യയശാസ്ത്ര നിലപാടുകളെക്കുറിച്ചുള്ള എല്ലാവിധ അന്വേ ഷണങ്ങളെയും വഴിതെറ്റിക്കുകയാണ് ചെയ്തത്.

പഞ്ചാബിലെയും അസമിലെയും പോലെ വിഘടനവാദപരമായ പ്രസ്ഥാനങ്ങളുയർത്തിക്കൊണ്ട് ഇന്ത്യൻ ഭരണകൂടത്തിന്റെ അഖണ്ഡ തയെ തകർക്കണമെന്ന നിലപാടായിരുന്നു വേണു മുന്നോട്ടുവെച്ചത്. ഇന്ത്യയിലെ പരിമിതമായ ജനാധിപത്യക്രമത്തെപ്പോലും അംഗീകരിക്കു ന്നത് സമഗ്ര തിരുത്തൽവാദമാണെന്ന വാദമുയർത്തിക്കൊണ്ട് പ്രസ്ഥാ നത്തെ പിളർക്കുകയായിരുന്നു. വിഭാഗീയമായ രാഷ്ട്രീയ നിലപാടുകളും എല്ലാവിധ ജനാധിപത്യ പ്രസ്ഥാനങ്ങളോടുള്ള അസഹിഷ്ണുതയും മൂലം സങ്കുചിതമായ മനോഘടനയിലെത്തിയ എം എൽ നേതൃത്വം അതിന്റെ തെറ്റായ രാഷ്ട്രീയ പ്രത്യയശാസ്ത്ര നിലപാടുകൾക്കെതിരെ ചിന്തിക്കുന്നവരെ ഒരിക്കലും വെച്ചുപൊറുപ്പിച്ച ചരിത്രമില്ല. അങ്ങേയറ്റം വിഭാഗീയവും ജനാധിപത്യവിരുദ്ധവുമായ സംഘടനാശൈലിയും മനോ ഘടനയുമാണ് നക്സലൈറ്റ് ഗ്രൂപ്പുകളിൽ നിലനിന്നിരുന്നത്.

ഇന്ത്യ അർദ്ധകൊളോണിയൽ അർദ്ധഫ്യൂഡൽ ആണെന്നതു പോലുള്ള മിഥ്യാധാരണകളിൽ കഴിയുന്ന എം എൽ നേതൃത്വങ്ങൾ എല്ലാ വിധ ബഹുജനപ്രവർത്തനങ്ങളെയും സാമ്പത്തിക സമരങ്ങളെയും തിരു ത്തൽ വാദത്തിലേക്കുള്ള രാജപാതയായിട്ടാണ് കാണുന്നത്. ഇന്ത്യയിലെ ഏറ്റവും പ്രധാന എം എൽ ഗ്രൂപ്പായ പീപ്പിൾസ് വാറി (ഇപ്പോൾ സി പി ഐ മാവോയിസ്റ്റ്) ന്റെ സ്ഥാപകനായ കൊണ്ടപ്പള്ളി സീതാരാമയ്യക്ക് പോലും പ്രസ്ഥാനത്തിന്റെ വിഭാഗീയതക്കെതിരെ ചിന്തിച്ചതിന്റെ പേരിൽ തിരുത്തൽവാദിയെന്ന അപവാദം ഏറ്റുവാങ്ങേണ്ടി വന്നിട്ടുണ്ട്.

പ്രസ്ഥാനത്തെ ഭരിക്കുന്ന ഇടതുപക്ഷ ബാലാരിഷ്ടതകളെ മറിക ടന്ന് പർലമെന്ററി സമരമുൾപ്പെടെ വർഗ്ഗസമരത്തിന്റെ ഉയർന്ന രാഷ്ട്രീയ

രൂപങ്ങളിലേക്ക് കടന്നുചെല്ലേണ്ടതിനെക്കുറിച്ച് മുന്നോട്ടുവെച്ച നിലപാ
ടുകളാണ് അദ്ദേഹത്തെ അന്നത്തെ പീപ്പിൾസ്‌വാർ ഗ്രൂപ്പിന്റെ നേതൃത്വ
ത്തിന് അനഭിമതനാക്കിയത്. ബൂർഷ്വാമാധ്യമങ്ങളുടെ സഹായത്തോടെ
ആന്ധ്രയിലെ അവിഭക്ത പാർട്ടിയുടെയും എംഎൽ പാർട്ടിയുടെയും ചരി
ത്രത്തോളം വേരുകളുള്ള കൊണ്ടപ്പള്ളിയെ തിരുത്തൽവാദിയാക്കി പുറ
ന്തള്ളുകയായിരുന്നു. ഇപ്പോഴത്തെ മാവോയിസ്റ്റ് നേതാവ് ഗണപതി
ഉൾപ്പെടെയുള്ള ഒരു ഉപജാപക സംഘമാണ് കൊണ്ടപ്പള്ളിയെ പുറത്താ
ക്കിയത്.

ഇന്ത്യയിലെ എം എൽ പ്രസ്ഥാനങ്ങളെ ഭരിച്ചിരുന്ന വിഭാഗീയതയും
അസഹിഷ്ണുതയും സാമൂഹ്യ യാഥാർത്ഥ്യങ്ങളെയും, ജനാധിപത്യ
ത്തിനും സോഷ്യലിസത്തിനും വേണ്ടിയുള്ള പോരാട്ടങ്ങൾക്ക് നേതൃ
ത്വവും അടിത്തറയുമായി വർത്തിക്കേണ്ട വർഗ്ഗവും വർഗ്ഗശക്തികളുമേ
തെന്ന് തിരിച്ചറിയുന്നതിനും വലിയ തടസ്സമായി വർത്തിച്ചു. പ്രസ്ഥാന
ത്തിന്റെ ഗതകാലതെറ്റുകൾ സാമൂഹ്യപ്രയോഗത്തിന്റെ വിഭാഗീയവും
സങ്കുചിതവുമായ രാഷ്ട്രീയ സമീപനത്തിന്റെ ദാരുണ പ്രതിഫലനമാ
യിരുന്നു. നക്സലൈറ്റ് പ്രസ്ഥാനത്തിന്റെ തെറ്റുകളെ പ്രയോഗത്തി
ന്റെയും സൈദ്ധാന്തികാന്വേഷണത്തിന്റെയും മണ്ഡലങ്ങളിൽ നിന്ന് തിരു
ത്താൻ ശ്രമിച്ചവരെയെല്ലാം തിരുത്തൽവാദികളും സായുധസമരം
കൈയൊഴിയുന്ന വിപ്ലവവിരുദ്ധരും ഭീരുക്കളുമായി മുദ്രകുത്തി പുറന്ത
ള്ളുകയാണ് ചെയ്തത്.

നേരത്തെ സൂചിപ്പിച്ച പ്രസ്ഥാനത്തിനകത്ത് കെ എസ് എന്ന ചുരു
ക്കപ്പേരിൽ അറിയപ്പെട്ടിരുന്ന കൊണ്ടപ്പള്ളി സീതാരാമയ്യയുടെ അനുഭവം
ക്രൂരമായിരുന്നു. എഴുപതുകളിലെ എം എൽ രാഷ്ട്രീയത്തിന്റെയും
ശ്രീകാകുളം, ഭോജ്പൂർ സമരത്തിന്റെയും അനുഭവങ്ങളെയും അവയുടെ
പരാജയത്തിന്റെ ഫലമായുണ്ടായ പാളിച്ചകളെയും വിശകലനം ചെയ്തു
കൊണ്ടാണ് കൊണ്ടപ്പള്ളി സീതാരാമയ്യ പീപ്പിൾസ്‌വാർ ഗ്രൂപ്പിന് ജന്മം
നല്കിയത്. 1980 ഏപ്രിൽ 22 നാണ് കൊണ്ടപ്പള്ളി സംഘടന രൂപീകരി
ക്കുന്നത്.

1967 ലെ നക്സൽബാരി കലാപം മുതൽ ചാരുമജുംദാറിന്റെ രക്ത
സാക്ഷിത്വം വരെയുള്ള കാലഘട്ടത്തിലെ തിരിച്ചടികളെ സംഘടന കെട്ടി
പ്പടുക്കുന്നതിലെ അരാജക പ്രവണതകളായിട്ടാണ് കൊണ്ടപ്പള്ളി സീതാ
രാമയ്യ വിലയിരുത്തിയത്. അതിനുശേഷമുള്ള അടിയന്തരാവസ്ഥ കാല
ഘട്ടത്തെയും പ്രസ്ഥാനത്തിന്റെ സമ്പൂർണ്ണമായ ശിഥിലീകരണം
ക്ഷണിച്ചു വരുത്തിയ ഒറ്റപ്പെട്ട ബഹുജന പിന്തുണയില്ലാത്ത സായുധ
പ്രവർത്തനങ്ങളെയും വലതുപക്ഷ പാളിച്ചകളെയുമെല്ലാം വിശകലനം
ചെയ്തുകൊണ്ടാണ് അദ്ദേഹം വടക്കൻ തെലുങ്കാന മേഖലയിലും ദണ്ഡ
കാരണ്യത്തിലും പ്രവർത്തനമാരംഭിക്കുന്നത്.

ആദിവാസി-ഗിരിവർഗ മേഖലകളിൽ സഹകരണ സംഘങ്ങളും
ബഹുജന സംഘടനകളും രൂപീകരിച്ചുകൊണ്ട് ബഹുജന അടിത്തറ

വികസിപ്പിച്ചെടുക്കുന്ന പ്രവർത്തനങ്ങളാണ് ആദ്യഘട്ടത്തിൽ പീപ്പിൾസ്‌വാർ നടത്തിയത്. ഇത്തരം മേഖലകളിൽനിന്നും വളർന്നുവരുന്ന കരുത്തരായ കേഡർമാരെ റിക്രൂട്ട് ചെയ്തുകൊണ്ടാണ് ദളങ്ങൾ എന്ന രൂപത്തിൽ അദ്ദേഹം ഈ മേഖലയിൽ ഗറില്ലായുദ്ധ കേന്ദ്രങ്ങൾക്കുള്ള സംഘടനാ വിന്യാസം നടത്തിയത്.

എഴുപതുകളുടെ രാഷ്ട്രീയ പരിപാടിയിൽ നിന്ന് ബഹുജനാടിസ്ഥാനം ഉറപ്പിച്ചുകൊണ്ട് ഫ്യൂഡൽ വ്യവസ്ഥക്കെതിരായി സമരം വികസിപ്പിക്കാനാണ് കൊണ്ടപ്പള്ളി ശ്രമിച്ചത്. സായുധ കർഷകസമരങ്ങളിലൂടെ ഫ്യൂഡൽ വ്യവസ്ഥയെ തകർക്കാനും ആദിവാസി-ഭൂരഹിത കർഷക മുന്നേറ്റങ്ങളിലൂടെ ഗ്രാമങ്ങളോരോന്നും മോചിപ്പിച്ച് നഗരങ്ങളെ വളഞ്ഞ് അധികാരം പിടിച്ചെടുക്കുന്ന ദീർഘകാലജനകീയ യുദ്ധത്തിന്റേതായ തന്ത്രപരമായ കാഴ്ചപ്പാട് തന്നെയാണ് അദ്ദേഹവും മുന്നോട്ടു വെച്ചത്.

മജുംദാറിന്റെ ഉന്മൂലനലൈൻ പോലുള്ള അടവ് ലൈനിൽ നിന്ന് വ്യത്യസ്തമായി ആദിവാസികളെയും കർഷകരെയും ഫ്യൂഡൽ ചൂഷണത്തിനും അടിച്ചമർത്തലുകൾക്കുമെതിരെ സംഘടിപ്പിക്കാനും ട്രേഡ് യൂണിയൻ വിദ്യാർത്ഥി രംഗത്തെ പ്രവർത്തനങ്ങൾ ഏറ്റെടുക്കാനും വിപുലമായ പ്രചരണകാമ്പയിനുകളിലൂടെ രഹസ്യവാദപരമായ സംഘടനാ ശൈലിയെ മറികടക്കാനും കൊണ്ടപ്പള്ളി സീതാരാമയ്യ ശ്രമിച്ചു. 'വിപ്ലവ രചയിതലുസംഘം' പോലുള്ള എഴുത്തുകാരുടെയും കലാകാരന്മാരുടെയും സംഘടന രൂപീകരിക്കുകയും ദേശീയതലത്തിൽത്തന്നെ വിപ്ലവരാഷ്ട്രീയത്തിന്റെ സന്ദേശങ്ങൾ എത്തിക്കുവാനും അദ്ദേഹം മുൻകൈയെടുത്തു.

വിപ്ലവ ഗായകൻ ഗദ്ദറും കവിവരവരാവുമെല്ലാം പീപ്പിൾസ്‌വാറിന്റെ വിപ്ലവ സംസ്കാരനിർമ്മിതിയുടെ പ്രചാരകന്മാരായി രാജ്യമെമ്പാടും സഞ്ചരിക്കുകയും ദേശീയതലത്തിൽ തന്നെ വിപ്ലവ സാംസ്കാരിക പ്രവർത്തകരുടെ കൂട്ടായ്മക്ക് രൂപം കൊടുക്കുകയും ചെയ്തു. എഐ എൽ ആർ സി പോലുള്ള സംഘടനവഴി അഖിലേന്ത്യാതലത്തിൽ തന്നെ ബഹുജന പിന്തുണയോടെയുള്ള സായുധസമരം അടിയന്തര അജണ്ടയായി സ്വീകരിക്കുന്ന വിപ്ലവരാഷ്ട്രീയ പ്രചാരണമാണ് കൊണ്ടപ്പള്ളി ലക്ഷ്യം വെച്ചത്.

സംഘടനാരംഗത്ത് പ്രൊഫഷണൽ വിപ്ലവകാരികളെ, ഏത് പ്രതികൂല ഘട്ടങ്ങളെയും നേരിടാൻ മാനസികവും ശാരീരികവുമായി പ്രാപ്ത രായവരെ പരിശീലിപ്പിച്ച്, മറ്റ് സംസ്ഥാനങ്ങളിലേക്കും ഗറില്ലാ പ്രവർത്തനങ്ങൾ വ്യാപിപ്പിക്കുന്നതിനും അദ്ദേഹത്തിന് കഴിഞ്ഞു. 67 ലെ നക്സൽബാരി കലാപത്തെതുടർന്നു രാജ്യവ്യാപകമായി പൊട്ടിപ്പുറപ്പെട്ട പല സമരങ്ങളും സംഘടനാപരമായ ദൃഢതയോ ആശയപരമായ വ്യക്തതയോ ഇല്ലാത്ത വൈകാരികപ്രകടനങ്ങളായിരുന്നു.

കേരളത്തിൽ തന്നെ അക്കാലത്ത് നടന്ന തലശ്ശേരി-പുൽപ്പള്ളി

ആക്ഷനുകളും, കോങ്ങാട്, നാഗരൂർ-കുമ്മിൾ ഉന്മൂലന സമരങ്ങളുമെല്ലാം കമ്യൂണിസ്റ്റ് വിമോചന പ്രവർത്തനങ്ങളെയും സായുധസമരത്തെയും സംബന്ധിച്ച തികഞ്ഞ അജ്ഞതയും പെറ്റിബൂർഷ്വാ സാഹസികതാ മനോഭാവവും മൂലം സംഭവിച്ചതായിരുന്നല്ലോ.

കിളിമാനൂർ കേസിലെ ഒരു പ്രതി ആക്ഷനിൽ പങ്കെടുക്കാൻ പുറ പ്പെടുന്നതിന് മുമ്പ് എഴുതിവെച്ച കുറിപ്പ് 'അജിതേ നിനക്കു വേണ്ടി' എന്നായിരുന്നുവത്രെ. അക്കാലത്ത് പ്രസ്ഥാനത്തിലേക്കാകർഷി ക്കപ്പെട്ടവരെ സ്വാധീനിച്ചത് കഠിനമായ സാമൂഹ്യ യാഥാർത്ഥ്യങ്ങളെ മാറ്റിത്തീർക്കാനുള്ള വിപ്ലവോന്മുഖമായ രാഷ്ട്രീയ പ്രത്യയശാസ്ത്ര നി ലപാടുകളൊന്നുമായിരുന്നില്ലെന്നും അത്യധികമായ കാല്പനികമോഹ ങ്ങളായിരുന്നുവെന്നതാണ് യാഥാർത്ഥ്യം. അതുകൊണ്ടുതന്നെയാണ് പ്രസ്ഥാനത്തിന്റെ തുടക്കക്കാരായ ഫിലിപ്പ് എം പ്രസാദിനെപ്പോലുള്ള വർ ആൾദൈവ പ്രചാരണങ്ങളിലേക്കും, നവ സാമൂഹ്യ പ്രസ്ഥാനങ്ങ ളുടെ മേലങ്കിയണിഞ്ഞു സർക്കാരിതര പ്രവർത്തനങ്ങളിലേക്കും ചേക്കേ റിയത്.

മാർക്സിസത്തിന്റെ ചരിത്ര സാമൂഹ്യദർശനങ്ങളെയും രാഷ്ട്രീയ സമ്പദ്ശാസ്ത്ര സമീപനങ്ങളെയും നിരസിക്കുന്ന ഫ്രാൻസിലെ വസ ന്തകലാപാശയങ്ങളും ആധുനികതയുടെ മറവിൽ പ്രചരിപ്പിക്കപ്പെട്ട അസ്തിത്വവാദ ദർശനങ്ങളുമായിരുന്നു കേരളത്തിലെ നക്സലൈറ്റ് പ്രസ്ഥാനത്തെ വലിയൊരു അളവുവരെ ഭരിച്ചിരുന്നത്. വ്യവസ്ഥാ വിരോ ധത്തിന്റെ മറവിൽ എല്ലാവിധ സംഘടിത പ്രസ്ഥാനങ്ങളെയും മുന്നേറ്റ ങ്ങളെയും എതിർക്കുകയും നിരാകരിക്കുകയും ജനങ്ങളുടെ സംഘടിത ശേഷിക്ക് പകരം ഒറ്റപ്പെട്ട സാഹസിക സമരങ്ങളെയും അരാജകമായ സായുധ പ്രവർത്തനങ്ങളെയും ആദർശവല്ക്കരിക്കുകയായിരുന്നു.

കൊണ്ടപ്പള്ളി സീതാരാമയ്യ സംഘടനാപരവും ആശയപരവുമായി പാർട്ടിയെ ദൃഢീകരിച്ചുകൊണ്ട് ആന്ധ്രയിലും മഹാരാഷ്ട്രയിലെ ഗഡ്ചി റോളി തുടങ്ങിയ ജില്ലകളിലും മദ്ധ്യപ്രദേശിലെ ബസ്തർ മേഖലയിലും പ്രവർത്തനങ്ങൾ വിപുലപ്പെടുത്തി. ഇതോടെ സായുധ സമരത്തെ ഏക മാത്രസമരരൂപമായി സ്വീകരിക്കുന്ന നിലപാടുകളിൽ നിന്നും അദ്ദേഹം മാറിക്കഴിഞ്ഞിരുന്നു.

ഭൂമിക്കുവേണ്ടിയുള്ള സമരം ഭൂപരിഷ്കരണത്തിനും വൻകിട ഭൂപ്ര ഭുക്കന്മാരുടെ കൈവശമുള്ള അനധികൃത ഭൂമിപിടിച്ചെടുക്കൽ സമര മായും അദ്ദേഹം വളർത്തി. ഇതിന്റെ തുടർച്ചയായി ആന്ധ്രയിലെ അദി ലാബാദ്, കരിംനഗർ ജില്ലകളിൽ മുൻപ്രധാനമന്ത്രി നരസിംഹറാവുവിന്റെ കുടുംബത്തിന്റെ കൈവശമുള്ള മൂവായിരത്തോളം ഏക്കർ ഭൂമി പിടി ച്ചെടുക്കുംവിധം ഈ സമരം വികസിച്ചു. എഴുപതുകളിൽ മിച്ചഭൂമിയല്ല മുഴുവൻ ഭൂമിയുമാണ് ഞങ്ങൾക്ക് വേണ്ടതെന്ന് പ്രഖ്യാപിച്ചുകൊണ്ട് സി പി ഐ (എം)ന്റെ നേതൃത്വത്തിലുയർന്നുവരുന്ന മിച്ചഭൂമി സമരത്തെ പരിഷ്കരണവാദമായി അധിക്ഷേപിച്ച എം എൽ വിഭാഗം തന്നെ

അത്തരം സമരങ്ങൾ ഏറ്റെടുക്കുന്നതിന് നിർബ്ബന്ധിക്കപ്പെട്ടു.

വ്യാജഏറ്റുമുട്ടൽ കൊലപാതകങ്ങളും ബുള്ളറ്റ് ഫോർ ബുള്ളറ്റ് പോലുള്ള നക്സലൈറ്റുകളെ അടിച്ചമർത്താനുള്ള ഭരണകൂടപദ്ധതി കളും പ്രസ്ഥാനത്തെ ബഹുജനങ്ങളിൽ നിന്നകന്ന ഒറ്റപ്പെട്ട പ്രതികാര പ്രവർത്തനങ്ങളിലേക്ക് തള്ളിവിട്ടുകൊണ്ടിരുന്നു. തുടർച്ചയായ മൈൻ, ബോംബ് സ്ഫോടനങ്ങൾ ഭീകരപ്രവർത്തനത്തിന്റേതായ പരിവേഷവും പാർട്ടിക്ക് ചാർത്തിക്കൊടുത്തു. ഭരണകൂട അടിച്ചമർത്തലുകളെ ജനകീ യമായി നേരിടാതെ വർഗ്ഗതാല്പര്യങ്ങളും വിപ്ലവലക്ഷ്യവും സംരക്ഷി ക്കാനാവില്ലെന്ന് പീപ്പിൾസ്‌വാറിന്റെ സഹയാത്രികരായ പല ബുദ്ധിജീ വികളും പൗരാവകാശ-മനുഷ്യാവകാശ പ്രവർത്തകരും നിരന്തരമായി പാർട്ടി നേതൃത്വത്തോട് അഭ്യർത്ഥിച്ചിരുന്നു.

ഭൂപരിഷ്കരണമോ ഫ്യൂഡൽ ശക്തികളുടെ സാമൂഹ്യ മർദ്ദന ത്തിൽനിന്നുള്ള മാറ്റമോ നടന്നിട്ടില്ലാത്ത തെലങ്കാന പ്രദേശങ്ങളിലും ദണ്ഡകാരണ്യത്തിലെ ഗിരിവർഗ്ഗ മേഖലകളിലും ഒരു പരിധിവരെ പ്രസ ക്തമായ പല പ്രവർത്തനങ്ങളും നടത്താൻ കഴിഞ്ഞ പാർട്ടിക്ക് ഇനി രാജ്യവ്യാപകമായ മുന്നേറ്റവും വളർച്ചയും സാദ്ധ്യമാകണമെങ്കിൽ സാമൂ ഹ്യമാറ്റങ്ങൾക്കനുസൃതമായ രാഷ്ട്രീയ ലൈൻ ആവിഷ്കരിക്കണമെന്ന നിലപാടിലായിരുന്നു കൊണ്ടപ്പള്ളിയും കേന്ദ്രകമ്മിറ്റിയിലെ ഒരു വിഭാഗം സഖാക്കളും. ആന്ധ്ര, ഒറീസ, മഹാരാഷ്ട്ര, ഛത്തീസ്ഗഢ് തുടങ്ങിയ സംസ്ഥാനങ്ങൾ ഉൾക്കൊള്ളുന്ന 480 കിലോമീറ്റർ കിഴക്ക് പടിഞ്ഞാറും 320 കിലോമീറ്റർ തെക്ക് വടക്കായും 92,300 ച.കിലോമീറ്റർ ദണ്ഡകാ രണ്യപ്രദേശം മുഴുവൻ കൊണ്ടപ്പള്ളിയുടെ നേതൃത്വത്തിൽ ചിട്ടയായ സംഘടനാപ്രവർത്തനം വഴി ഗറില്ലാ സോൺ വികസിപ്പിച്ചിരുന്നു.

ഈ മേഖലകളിലെ ഖനികളും മറ്റിതര പ്രകൃതിവിഭവങ്ങളും കൈയ ടക്കുന്ന ആഗോളമൂലധനാധിനിവേശവും നവകൊളോണിയൽ ചൂഷണ സമ്പ്രദായങ്ങളുമെല്ലാം ഗ്രാമങ്ങളെ മോചിപ്പിച്ച് നഗരങ്ങളെ വളയുന്ന ജനകീയ യുദ്ധമെന്ന തന്ത്രപരമായ ലൈനിനെക്കുറിച്ച് സംശയങ്ങളും ഉയർത്തി. പ്രസ്ഥാനത്തിനകത്ത് ഇതോടെ സാഹചര്യങ്ങളിൽ വരുന്ന മാറ്റങ്ങൾ ഉൾക്കൊള്ളണമെന്ന ആവശ്യവും ഉയർന്നുവരാൻ തുടങ്ങി. പഴയ ഫ്യൂഡൽ ബന്ധങ്ങളെ പരിവർത്തനപ്പെടുത്തിക്കൊണ്ട് കാർഷി കമേഖലയിലും സമ്പത്തുല്പാദനത്തിന്റെ ഇതരമണ്ഡലങ്ങളിലും ആഗോള മൂലധനതാല്പര്യങ്ങൾക്കനുസൃതമായി സംഭവിച്ചുകൊണ്ടിരി ക്കുന്ന മാറ്റങ്ങളെ വകവെക്കാതെ ഇന്ത്യ ഇപ്പോഴും അർദ്ധകോളനി- അർദ്ധഫ്യൂഡലാണെന്ന മിഥ്യാധാരണയിൽ കഴിയുകയാണ് ഒട്ടുമിക്ക എം എൽ ഗ്രൂപ്പുകളും.

എഴുപതുകളിലെ എം എൽ പരിപാടിയിലെ ഇന്ത്യയുടെ സാമൂ ഹ്യയാഥാർത്ഥ്യത്തെ സംബന്ധിച്ച ഇത്തരം തെറ്റായ വിലയിരുത്തലു കളെ കൊണ്ടപ്പള്ളി സീതാരാമയ്യ സൈദ്ധാന്തികമായി ചോദ്യം ചെയ്തില്ലെങ്കിലും പാർലമെന്ററി സമരമുൾപ്പെടെ വർഗ്ഗസമരത്തിന്റെ

ഉയർന്ന രാഷ്ട്രീയരൂപങ്ങളെ കൈയൊഴിയുന്ന വിഭാഗീയ വീക്ഷണ ത്തിൽനിന്നും പ്രസ്ഥാനം മുക്തമാകണമെന്ന് അദ്ദേഹം ആഗ്രഹിച്ചു. മറ്റി തര കമ്യൂണിസ്റ്റ് പാർട്ടികളും ഇടതുപക്ഷശക്തികളും യോജിച്ചുകൊണ്ട് സാമ്രാജ്യത്വത്തിനും നാടുവാഴിത്തത്തിനുമെതിരായ വിശാലമായൊരു ബദൽ രൂപപ്പെടുത്തുന്നതിന് നേതൃത്വം നല്കണമെന്നും കൊണ്ടപ്പള്ളി വാദിച്ചു.

ഇതോടെ ഇന്ത്യയിലെ ഏറ്റവും പ്രബലമായ നക്സലൈറ്റു ഗ്രൂപ്പിന്റെ സ്ഥാപകനും നിരവധി വിപ്ലവസമരങ്ങളിലൂടെ പ്രസ്ഥാനത്തെ വളർത്തു ന്നതിൽ പ്രമുഖസ്ഥാനം വഹിച്ച കമ്യൂണിസ്റ്റ് വിപ്ലവകാരിയുമായ കൊണ്ട പ്പള്ളി തിരുത്തൽവാദിയായി മുദ്രകുത്തപ്പെട്ട് സംഘടനയിൽനിന്നും പുറ ന്തള്ളപ്പെട്ടു. തുടർന്നു പാർട്ടി നേതൃത്വം പിടിച്ചെടുത്ത മൊപ്പല ലക്ഷ്മ ണറാവു എന്ന ഗണപതിയുടെ നേതൃത്വത്തിൽ പീപ്പിൾസ്‌വാർ കാനായി ചാറ്റർജി സ്ഥാപിച്ച മാവോയിസ്റ്റ് കമ്യൂണിസ്റ്റ് സെന്ററുമായി ലയിച്ചു. അതിന്ന് സി പി ഐ (മാവോയിസ്റ്റ്) ആയി വിപ്ലവപ്രവർത്തനങ്ങളുടെ പേരിൽ ഒറ്റപ്പെട്ട ഭീകരപ്രവർത്തനങ്ങൾ നടത്തുകയാണ്. ദണ്ഡകാരണ്യ ത്തിൽനിന്നും ബീഹാർ വഴി നേപ്പാൾ വരെ നീളുന്ന ഒരു വിപ്ലവ ഇട നാഴി ഐ എസ് ഐയുടെയും എൽ ടി ടിയുടെയുമെല്ലാം സഹായ ത്തോടെ രൂപപ്പെട്ടതായി പ്രവീൺ സാമിയെപോലുള്ള മാദ്ധ്യമപ്രവർത്ത കരുടെ നിരീക്ഷണങ്ങൾ നേരത്തെ തന്നെ പുറത്തുവന്നതാണ്.

പീപ്പിൾസ്‌വാറിൽനിന്നും പുറന്തള്ളപ്പെട്ടതിനുശേഷം 1993 ൽ അറ സ്റ്റുചെയ്യപ്പെട്ട കൊണ്ടപ്പള്ളി സീതാരാമയ്യ ജയിലിൽവെച്ച് എം എൽ പ്രസ്ഥാനത്തെ സ്വാധീനിച്ച വിഭാഗീയ വീക്ഷണങ്ങളുടെയും രാഷ്ട്രീയ നിലപാടുകളുടെയും ഫലമാണ് പ്രസ്ഥാനത്തിന്റെ ശിഥിലീകരണമെന്ന് തന്റെ സഹപ്രവർത്തകരായ കേന്ദ്രകമ്മിറ്റിയംഗങ്ങളായിരുന്ന പ്രസാദ്, ബാന്ദയ്യ എന്നിവരോട് പറയുന്നുണ്ട്. പീപ്പിൾസ് വാർ ഗ്രൂപ്പിനെ അദ്ദേഹം തള്ളിപ്പറഞ്ഞില്ലെങ്കിലും തെറ്റുകൾ തിരുത്തി ഇന്ത്യയുടെ ജനാധിപത്യ ക്രമത്തെ വിപ്ലവപരമായി ഉപയോഗിക്കാനുള്ള വഴക്കം നേടുന്നില്ലെങ്കിൽ അഭൂതപൂർവ്വമായ വേഗത്തിൽ സംഭവിച്ചുകൊണ്ടിരിക്കുന്ന മാറ്റങ്ങളെ മനസ്സിലാക്കാതെ പ്രസ്ഥാനം വലതുപക്ഷത്തിന്റെ കരുവായി തീരുമെന്ന് അദ്ദേഹം ഭയപ്പെട്ടതായി അദ്ദേഹത്തോടൊപ്പം അവസാനംവരെ നില കൊണ്ട സഖാക്കൾ സൂചിപ്പിക്കുന്നുണ്ട്.

ഇന്നിപ്പോൾ നന്ദിഗ്രാം അടക്കമുള്ള സംഭവങ്ങളുടെ പശ്ചാത്തല ത്തിൽ മാവോയിസ്റ്റുകളുടെ നിലപാട് പരിശോധിക്കുമ്പോൾ കൊണ്ടപ്പ ള്ളിയുടെ ആശങ്കകൾ തെറ്റിയില്ല. കൊണ്ടപ്പള്ളി മരണപ്പെട്ടപ്പോൾ ഇന്ത്യ യിലെ ഏറ്റവും പ്രബലമായ നക്സലൈറ്റ് ഗ്രൂപ്പിന്റെ സ്ഥാപക നേതാ വിന്റെ മരണാനന്തര ചടങ്ങിൽ അദ്ദേഹം വളർത്തിയെടുത്ത പാർട്ടിയുടെ കേന്ദ്ര സംസ്ഥാന നേതാക്കളൊരും പങ്കെടുത്തില്ല. സി പി ഐ (എം) സ്റ്റേറ്റ് സെക്രട്ടറി ബി വി രാഘവലുവും സി പി ഐ സംസ്ഥാന സെക്ര ട്ടറി സുരവരവും പ്രാദേശിക രാഷ്ട്രീയ നേതാക്കളും മാത്രമാണ് അദ്ദേ

ഹത്തിന്റെ ശവസംസ്കാരവേളയിൽ സന്നിഹിതരായത്. ഒരു പത്രപ്ര
വർത്തകൻ എഴുതിയതുപോലെ കൊണ്ടപ്പള്ളിയെപോലുള്ള ഒരു വിപ്ല
വനേതാവിന്റെ പതനമല്ലിത്, മറിച്ച് വിഭാഗീയത ഒരു രാഷ്ട്രീയ നിലപാ
ടിനേക്കാളേറെ സങ്കുചിതമായ ഒരു മനോഘടനയായി തന്നെ മാറ്റിയെ
ടുത്ത നക്സലൈറ്റ് നേതൃത്വത്തിന്റെ നിന്ദാകരമായ രാഷ്ട്രീയ പതന
ത്തെയാണിത് കാണിക്കുന്നത്.

മാവോചിന്തയാണ് വർത്തമാനകാലത്തെ മാർക്സിസം എന്ന വില
യിരുത്തലിന്റെ അടിസ്ഥാനത്തിൽ ലെനിനിസത്തിന്റെ അടിസ്ഥാനനില
പാടുകളെതന്നെ എം എൽ സംഘടനകൾ നിരാകരിക്കുകയായിരുന്നു.
ഈയൊരു പ്രത്യയശാസ്ത്രപരമായ വൃതിചലനമാണ് വർഗ്ഗബഹു
ജനസംഘടനകൾ കെട്ടിപ്പടുക്കുന്നതും പാർലമെന്ററി സമരങ്ങളിൽ പങ്കെ
ടുക്കുന്നതും സാമ്പത്തികസമരങ്ങൾ നടക്കുന്നതും തിരുത്തൽവാദത്തി
ലേക്കുള്ള രാജപാതയാണെന്ന തെറ്റിദ്ധാരണകളിലേക്ക് എം എൽ സംഘ
ടനകളെ നയിച്ചത്.

തന്ത്രപരമായ ലക്ഷ്യങ്ങളെയും മുദ്രാവാക്യങ്ങളെയും മുന്നണിക
ളെയും കുറിച്ച് വാചകമടിച്ച് എല്ലാ അടവുപരമായ നീക്കങ്ങളെയും അത്
തള്ളിക്കളയുകയായിരുന്നു. എല്ലാ ഐക്യമുന്നണി പ്രവർത്തനങ്ങളും
തന്ത്രത്തെവിഴുങ്ങുന്ന അടവായി പരിണമിക്കുമെന്നഭയമായിരുന്നു വിഭാ
ഗീയതയെ പുൽകിക്കഴിയുന്ന എം എൽ നേതൃത്വങ്ങൾക്ക്. സോവിയറ്റ്
യൂണിയൻ സോഷ്യൽ സാമ്രാജ്യത്വമായി മാറിക്കഴിഞ്ഞിരിക്കുന്നുവെന്നും
അതാണിന്ന് തൊഴിലാളിവർഗ്ഗത്തിന്റെ മുഖ്യശത്രു എന്നൊക്കെയുള്ള
അബദ്ധധാരണകൾ എം എൽ ശക്തികൾക്കിടയിൽ 1970 കളിൽ തന്നെ
രൂഢമൂലമായിരുന്നു.

കേരളത്തിൽ ഒരു ഘട്ടത്തിൽ സോഷ്യൽ ഫാസിസത്തിന്റെ
സാമൂഹ്യ അടിസ്ഥാനങ്ങളായി ട്രേഡ് യൂണിയനുകളെയും തൊഴിലാളി
സഹകരണ സംഘങ്ങളെയും വിലയിരുത്തുന്നയിടംവരെ ഇത്തരം എം
എൽ ധാരണകൾ അബദ്ധപൂർണ്ണമായി. സോഷ്യൽ സാമ്രാജ്യത്വത്തിന്റെ
യുഗത്തിൽ ലെനിനിസ്റ്റ് സിദ്ധാന്തങ്ങളുടെയും സംഘടനാരൂപങ്ങളു
ടെയും പ്രസക്തി നഷ്ടപ്പെട്ടിരിക്കുന്നുവെന്ന് പറഞ്ഞുകൊണ്ട് മാവോ
മുന്നോട്ടുവെച്ച സിദ്ധാന്തങ്ങളെയും പ്രയോഗങ്ങളെയും യാന്ത്രികവും
വികലവുമായി അനുകരിക്കാനാണ് എം എൽ പാർട്ടികൾ പൊതുവിൽ
ശ്രമിച്ചത്.

വിഭാഗീയതയുടേതായ ഈ പ്രത്യയശാസ്ത്ര സ്വാധീനത്തിന്റെ
ഫലമായി ദേശീയവും സാർവ്വദേശീയവുമായ പ്രസ്ഥാനത്തിന്റെ ചരിത്രം
തന്നെ നിഷേധിക്കുന്നതിലേക്കും ഏതൊരു കമ്യൂണിസ്റ്റ് പാർട്ടിയുടെയും
അടിസ്ഥാനമാകേണ്ട വർഗ്ഗസത്തയെത്തന്നെ നഷ്ടപ്പെടുത്തി ബഹുജ
നങ്ങളിൽ നിന്നൊറ്റപ്പെട്ട് പലപ്പോഴും വലതുപക്ഷത്തിന്റെ കൈയിൽ കളി
ക്കുന്ന പെറ്റിബൂർഷ്വാ ഗ്രൂപ്പുകളായി എം എൽ പാർട്ടികൾ മാറിയെന്ന
താണ് യാഥാർത്ഥ്യം.

സോഷ്യൽ ഫാസിസവും സോഷ്യൽ ഡെമോക്രസിയുമാണ് മുഖ്യ അപകടം എന്ന രീതിയിലുള്ള തീവ്ര ഇടതുപക്ഷ വാചകമടികളിൽ പൊതിഞ്ഞ നവവലതുപക്ഷ നിലപാടുകളാണ് ഒട്ടുമിക്ക എം എൽ ഗ്രൂപ്പു കളും സ്വീകരിച്ചിരിക്കുന്നത്.

സംഘടിത ഇടതുപക്ഷ-കമ്യൂണിസ്റ്റ് പ്രസ്ഥാനത്തിന് പ്രഹരമേല്പി ക്കാനുള്ള വടിയെന്ന നിലയിൽ ബൂർഷ്വാ മാദ്ധ്യമങ്ങളും വലതുപക്ഷ സേവ ജന്മദൗത്യമായി സ്വീകരിച്ച ധാർമ്മികവാദി സംഘങ്ങളും മാവോ യിസ്റ്റുകളുടെ അവസരവാദരാഷ്ട്രീയത്തിന് എല്ലാവിധ പ്രോത്സാഹനവും സഹായവും ചെയ്തുകൊടുക്കുന്നുമുണ്ട്. മൂലധനത്തെയും വികസന ത്തെയുമെല്ലാം സംബന്ധിച്ച വൈകാരികവും തീവ്രവാദപരവുമായ സാമ്പത്തിക ശാസ്ത്ര വിശകലനങ്ങളിലൂടെ സാമ്രാജ്യത്വത്തിന്റെ നിയോ ലിബറൽ വ്യവസ്ഥക്കെതിരെ നമ്മുടേതുപോലുള്ള സമൂഹങ്ങളിൽ വളർ ന്നുവരേണ്ട ജനാധിപത്യ വിപ്ലവത്തിന്റെ കടമകളെയും സോഷ്യലിസ്റ്റ് ഉള്ളടക്കത്തെയും കുറിച്ച് ആശയക്കുഴപ്പം സൃഷ്ടിക്കുകയാണ് വിപ്ലവ വായാടികളും കുത്തകമാദ്ധ്യമങ്ങളും.

സാമ്രാജ്യത്വ കാലഘട്ടത്തിലെ മൂലധനത്തിന്റെ ഉല്പാദനരാഹിത്യ ത്തെക്കുറിച്ചും ജീർണ്ണമായ വളർച്ചയെക്കുറിച്ചും ആപേക്ഷികമായി ലെനിൻ നടത്തിയ അപഗ്രഥനങ്ങളെ സാമാന്യവല്ക്കരിക്കുകയും യാന്ത്രി കമായ മൂലധനവിരോധ സിദ്ധാന്തങ്ങളിലൂടെ ഉല്പാദനശക്തിയുടെ വിക സനത്തെയും വ്യവസായവല്ക്കരണത്തെയും ഭയപ്പെടുന്ന മദ്ധ്യകാല സാമൂഹ്യശക്തികളുമായി കൂട്ടുചേർന്ന്, രാജ്യത്തിന്റെ ജനാധിപത്യവല്ക്ക രണത്തിന് വിഘാതം സൃഷ്ടിക്കുന്നിടംവരെ തെറ്റായ പ്രത്യയശാസ്ത്ര നിലപാടുകൾമൂലം മാവോയിസ്റ്റുകൾ എത്തിയിരിക്കുന്നു.

നന്ദിഗ്രാമിലെ സംഭവവികാസങ്ങൾ അതാണ് കാണിക്കുന്നത്. കാർഷിക മേഖലയുടെ കോർപ്പറേറ്റ്വല്ക്കരണത്തിനും സാമ്രാജ്യത്വ മൂലധനാധിനിവേശത്തിനായുള്ള പ്രത്യേക സാമ്പത്തിക മേഖലകൾക്കു മെതിരായി വളർന്നുവരുന്ന പ്രാദേശിക പ്രതിരോധങ്ങളും കാർഷികസ മരങ്ങളും ആഗോളവല്ക്കരണത്തിന്റെ മുഖ്യവക്താക്കളായ കോൺഗ്ര സ്-ബി ജെ പി രാഷ്ട്രീയത്തിനെതിരായ ദേശീയ മുന്നേറ്റങ്ങളുമായി ബന്ധിപ്പിക്കുകയെന്നതാണ് എല്ലാ ഇടതുപക്ഷ രാഷ്ട്രീയ പാർട്ടികളു ടെയും കടമ. നന്ദിഗ്രാം പ്രശ്നത്തിൽ ബംഗാൾ സർക്കാരിന്റെ ഭരണപര മായ വീഴ്ചകളെ ഉപയോഗപ്പെടുത്തി ഇടതുപക്ഷമാണ് കോർപ്പ റേറ്റ്വല്ക്കരണത്തിന്റെയും പ്രത്യേക സാമ്പത്തികമേഖലകളുടെയും പ്രധാന ഉത്തരവാദികൾ എന്ന മാധ്യമ പ്രചാരവേലയ്ക്കും വലതുപക്ഷ ഗൂഢാലോചനയ്ക്കും കൂട്ടുനിന്നുകൊടുക്കുകയാണ് പല എം എൽ ഗ്രൂപ്പു കളും ചെയ്തത്.

ആണവകരാർ ഉൾപ്പെടെ അമേരിക്കയുടെ ആഗോളാധിപത്യമോ ഹങ്ങളുടെ തന്ത്രപരമായ പങ്കാളിയായി ഇന്ത്യയെ അധഃപതിപ്പിക്കാനുള്ള യു പി എ സർക്കാരിന്റെ രാജ്യദ്രോഹനീക്കങ്ങൾക്കെതിരെ, ഇന്ത്യൻ

ഇടതുപക്ഷം വിട്ടുവീഴ്ചയില്ലാത്ത പോരാട്ടത്തിലേർപ്പെട്ടിരിക്കുന്ന ഘട്ട ത്തിലാണ് നന്ദിഗ്രാമിനെ വിവാദമാക്കി സി പി ഐ (എം)നും ഇടതുപ ക്ഷത്തിനുമെതിരായ പ്രചാരണയുദ്ധം മാവോയിസ്റ്റുകളെയും മുസ്ലീം മത മൗലികവാദികളെയും മുൻനിർത്തി നടന്നത്. ബംഗാളിലെ കമ്യൂണിസ്റ്റു വിരുദ്ധ മഹാസഖ്യത്തിന്റെ നായിക മമതാബാനർജിയുടെ രക്ഷാകർത്യ ത്വത്തിലായിരുന്നു ഈ കമ്യൂണിസ്റ്റ് വേട്ട.

ഒരു ഫെഡറൽ ഘടനയ്ക്കെത്ത് ഏതെങ്കിലുമൊരു സംസ്ഥാനത്ത് അധികാരത്തിലെത്തുന്ന ഇടതുപക്ഷത്തിന്റെ പരിമിതികളും സാദ്ധ്യത കളും മനസ്സിലാക്കാതെയുള്ള തീവ്രവാദപരമായ ഇടതുപക്ഷ നിലപാ ടുകൾ വർഗ്ഗസമരത്തിന്റെ ദൈനംദിന പ്രയോഗങ്ങളിൽനിന്നു മാറി നില്ക്കുന്ന വിപ്ലവ വായാടിത്തമാണെന്ന കാര്യം മാർക്സിസ്റ്റുകൾക്ക് മനസ്സിലാക്കുവാൻ പ്രയാസമില്ല. ഇടതുപക്ഷ ശക്തികൾക്ക് നിർണ്ണായക സ്വാധീനമുള്ള ബംഗാൾ, കേരളം ത്രിപുര തുടങ്ങിയ സംസ്ഥാനങ്ങളിൽ അധികാരത്തിലിരിക്കുന്ന ഇടതുപക്ഷ സർക്കാരിന് സംഭവിക്കുന്ന വീഴ്ച കളെയും തെറ്റുകളെയും നിമിത്തമാക്കി മുതലെടുപ്പിന് ശ്രമിക്കുന്ന വല തുപക്ഷ രാഷ്ട്രീയ ശക്തികളുടെ ഉപകരണങ്ങളായിത്തീരുകയാണ് തീവ്ര ഇടതുവാദികളായ ചില എം എൽ വിഭാഗങ്ങൾ.

മോസ്കോ പ്രഖ്യാപനത്തെയും സി പി എസ് യുവിന്റെ 20-ാം പാർട്ടി കോൺഗ്രസിലെ ക്രൂഷ്ചേവിന്റെ പ്രസംഗത്തെയും തുടർന്നു സാർവ്വ ദേശീയ കമ്യൂണിസ്റ്റ് പ്രസ്ഥാനത്തിൽ പരസ്യമായ അഭിപ്രായവ്യത്യാ സങ്ങൾ ഉയർന്നുവന്നിരുന്നല്ലോ. സോവിയറ്റ്-ചൈനീസ് പാർട്ടികൾ തമ്മിൽ അക്കാലത്ത് നടന്ന ആശയസമരം സാർവ്വദേശീയ കമ്യൂണിസ്റ്റ് പ്രസ്ഥാനത്തിന്റെ ചരിത്രത്തിലെ മഹാസംവാദമായിട്ടാണ് കണക്കാക്കു ന്നത്. ക്രൂഷ്ചേവ് വർഗ്ഗ സഹകരണത്തിന്റെ പാതയാണ് തുടരുന്ന തെന്നും അതുവഴി സോവിയറ്റ് യൂണിയനെ മുതലാളിത്തപാതയിലേ ക്കാണ് നയിക്കുന്നതെന്നും അന്ന് അൽബേനിയൻ-ചൈനീസ് പാർട്ടി കളും മറ്റിതര കമ്യൂണിസ്റ്റ് വിപ്ലവകാരികളും നിലപാടെടുത്ത് തുടങ്ങി യിരുന്നു. ഇന്ത്യയിലെ അവിഭക്ത പാർട്ടിയിൽ 64 ലുണ്ടായ പിളർപ്പിന്റെ മൗലിക കാരണങ്ങൾ സാർവ്വദേശീയ പ്രസ്ഥാനത്തിനകത്തെ ഭിന്നതക ളായിരുന്നല്ലോ.

1965 ൽ ചാരുമജുംദാർ എഴുതിയ പിന്നീട് നക്സൽബാരി സമര ത്തിന്റെ ആശയാടിസ്ഥാനമായിത്തീർന്ന എട്ട് ലേഖനങ്ങൾ (സമാഹൃത കൃതികൾ ചാരുമജുംദാർ) സാർവ്വദേശീയരംഗത്ത് സോവിയറ്റ് തിരു ത്തൽവാദത്തെ മുഖ്യഭീഷണിയായി വിലയിരുത്തുവാനും സോവിയറ്റ് സോഷ്യൽ സാമ്രാജ്യത്തെ തുടച്ചു നീക്കേണ്ടത് വിപ്ലവ കടമയായി കാണുകയയും ചെയ്യുന്നുണ്ട്. ഏതാണ്ടിതേകലത്ത് തന്നെയാണ് കേരള ത്തിൽ കുന്നിക്കൽ നാരായണനും ആന്ധ്രയിലെ നാഗിറെഡ്ഡിയും പഞ്ചാദ്രി കൃഷ്ണമൂർത്തിയും മാവോചിന്തയുടെയും നിലപാടുകളു ടെയും മറവിൽ സോവിയറ്റ് യൂണിയനെ സോഷ്യൽ സാമ്രാജ്യത്വമായും

ഇന്ത്യൻ വിപ്ലവത്തിന് തുടച്ചുനീക്കേണ്ട ശത്രുവായും വിലയിരുത്തുന്നത്.

1969 ലെ സി പി ഐ (എം എൽ) രൂപീകരണഘട്ടത്തിലും 1970 ൽ നടന്ന പാർട്ടി കോൺഗ്രസ് അംഗീകരിച്ച പരിപാടിയിലും സോവിയറ്റ് സോഷ്യൽ സാമ്രാജ്യത്വത്തെ ഇന്ത്യൻ വിപ്ലവത്തിന് തുടച്ചുനീക്കാനുള്ള നാലു പർവ്വതങ്ങളിലൊന്നായി എം എൽ പാർട്ടി കാണുകയുണ്ടായി. ക്രൂഷ്ചേവിയൻ തിരുത്തൽവാദത്തിനെതിരായ സമരത്തിന്റെ മറവിൽ സോവിയറ്റ് സോഷ്യലിസ്റ്റ് ചേരിയെതന്നെ എതിർക്കുന്ന നിലപാടുകളി ലേക്ക് എം എൽ പാർട്ടികളെ എത്തിച്ചത്, ലോകഗതികളെ നിർണ്ണയി ക്കുന്നതിൽ സോഷ്യലിസ്റ്റ് ബ്ലോക്കിന്റെയും സോഷ്യലിസ്റ്റ് വിപ്ലവശക്തി കളുടെയും പ്രാധാന്യത്തെ അവഗണിക്കുന്ന പ്രത്യയശാസ്ത്ര നിലപാ ടുകളാണ്.

ഇടതുപക്ഷ പാളിച്ചകളുടെ
കേരളീയാനുഭവങ്ങൾ

കേരളത്തിലെ നക്സലൈറ്റ് സൈദ്ധാന്തികന്മാരുടെ പാണ്ഡിത്യ പ്രകടനങ്ങളിലേക്ക് വിരൽ ചൂണ്ടിക്കൊണ്ട് ഇ എം എസ് എഴുതുകയു ണ്ടായി; അവർക്ക് മാർക്സിസ്റ്റ് സൈദ്ധാന്തിക പുസ്തകങ്ങളിൽ നിന്നുള്ള ഒരുപാട് അറിവുകളുണ്ട്. പക്ഷേ, അവർക്ക് അറിയാത്തത് മാർക്സിസ ത്തിന്റെ വിപ്ലവസത്തയെന്തെന്നാണ്. 1980 കളുടെ പകുതിയിൽ മാർക്സി സ്റ്റുകൾക്കിടയിൽ തന്നെ നടക്കുന്ന മാർക്സിസം-ലെനിനിസത്തിന്റെ പൊതുതത്ത്വങ്ങൾ വർത്തമാന ലോകസാഹചര്യത്തിൽ ഇന്ത്യയിലും കേരളത്തിലുമെല്ലാം എങ്ങനെയാണ് പ്രയോഗത്തിൽ വരുത്തുകയെന്ന ചർച്ചയിൽ ഇടപെട്ടുകൊണ്ടാണ് ഇ എം എസ് നക്സലൈറ്റുകളുടെ സൈദ്ധാന്തിക നിലപാടുകളുടെ ദയനീയമായ അപര്യാപ്തതകളിലേക്ക് വെളിച്ചം വീശുന്ന ഈ നിരീക്ഷണം നടത്തിയത്. ലോകത്തെ മാറ്റി ത്തീർക്കുന്ന ദർശനമെന്ന നിലയിലാണ് മാർക്സിസം മനുഷ്യസമൂഹ ത്തിന്റെ ചിന്തയിലും പ്രയോഗങ്ങളിലും വിപ്ലവകരമായൊരു പ്രത്യയ ശാസ്ത്രമെന്ന നിലയിൽ സ്വാധീനം നേടിയത്.

അന്നുവരെ ദാർശനികന്മാർ ലോകത്തെ വ്യാഖ്യാനിക്കുന്നതിൽ മാത്രം വ്യാപൃതരായിരുന്നുവെന്ന് മാർക്സ് പറയുമ്പോൾ പ്രയോഗ ത്തിന്റെ വഴികാട്ടിയെന്ന നിലയിൽ സിദ്ധാന്തത്തിന്റെ പ്രസക്തിയും സമൂ ഹത്തെ മാറ്റിത്തീർക്കുന്ന ദർശനമെന്ന നിലയിൽ മാർക്സിസത്തിന്റെ ചരിത്രപരമായ പ്രാധാന്യവും വ്യക്തമാക്കുകയായിരുന്നു.

1967 ലെ നക്സൽബാരി കലാപത്തെതുടർന്ന് രൂപംകൊണ്ട സി പി ഐ (എം എൽ) അതിന്റെ പേരിൽ എം എൽ ചേർത്തിട്ടുണ്ടെങ്കിലും മാർക്സും എംഗൽസും രൂപപ്പെടുത്തിയതും പിന്നീട് ലെനിൻ വികസി

പ്പിച്ചെടുത്തതുമായ മാർക്സിസം-ലെനിനിസത്തിന്റെ വിപ്ലവകരമായ ലോകദർശനത്തെ മനസ്സിലാക്കുന്നതിലും അതിനനുസരിച്ച് വിപ്ലവ പ്രയോഗങ്ങൾ വികസിപ്പിക്കുന്നതിലും ആരംഭകാലം മുതൽ പ്രസ്ഥാ നത്തെ ഗ്രസിച്ചിരുന്ന ഇടതുപക്ഷവിഭാഗീയ നിലപാടുകൾമൂലം പരാജ യപ്പെടുകയായിരുന്നു. ഇന്ത്യയിലെയും കേരളത്തിലെയും കമ്മ്യൂണിസ്റ്റ് പ്രസ്ഥാനത്തിനകത്ത് ഉടലെടുത്ത ഇടതുപക്ഷ പാളിച്ചകളുടെ പരിണത ഫലമായി രൂപംകൊണ്ട വിവിധ നക്സലൈറ്റ് ഗ്രൂപ്പുകൾ മാർക്സിസം -ലെനിനിസത്തിന്റെ വിപ്ലവദർശനം എന്താണെന്നും എന്തല്ലെന്നും മന സ്സിലാക്കുന്നതിൽ സംഭവിച്ച ഗുരുതരമായ രാഷ്ട്രീയ പ്രത്യയശാസ്ത്ര ദൗർബല്യങ്ങൾമൂലം ശിഥിലീകരിക്കപ്പെടുകയാണല്ലോ ഉണ്ടായത്. ആവിർഭാവകാലത്ത് പ്രസ്ഥാനത്തിലേക്കാകർഷിക്കപ്പെട്ടവരുടെ ആത്മാർത്ഥതയും ഉദ്ദേശ്യലക്ഷ്യങ്ങളുമെല്ലാം തെറ്റായ രാഷ്ട്രീയ പ്രത്യ യശാസ്ത്ര സമീപനംമൂലം ഫലത്തിൽ സംഘടിത ഇടതുപക്ഷ പ്രസ്ഥാ നങ്ങൾക്കെതിരായ ഭരണവർഗ്ഗ രാഷ്ട്രീയസേവയായി മാറുകയാണുണ്ടാ യത്. തൊഴിലാളിവർഗ്ഗപ്രസ്ഥാനത്തിനകത്തെ വലതുപക്ഷ അവസരവാ ദത്തെപ്പോലെ ഇടതുപക്ഷ വ്യതിയാനങ്ങളും ഫലത്തിൽ ബൂർഷ്വാസി യുടെ താല്പര്യങ്ങളെയും വർഗ്ഗാധിപത്യത്തെയും എതിർക്കുന്നതിൽ ഒരുപോലെ പരാജയപ്പെടുന്നുവെന്ന് മാർക്സിസ്റ്റാചാര്യന്മാർ ആവർ ത്തിച്ചു പഠിപ്പിക്കുന്നുണ്ടല്ലോ.

ലോക കമ്മ്യൂണിസ്റ്റ്പ്രസ്ഥാനത്തിൽ ഒട്ടേറെ കുഴപ്പങ്ങളും പ്രതിസ ന്ധികളും ഉയർന്നുവന്ന 1960 കളിലാണ് ഇന്ത്യയിലെന്നപോലെ സാർവ്വ ദേശീയരംഗത്തും നിരവധി എം എൽ സംഘടനകൾ രൂപംകൊള്ളുന്നത്. ക്രൂഷ്ചേവിയൻ തിരുത്തൽവാദത്തിനെതിരായി സാർവ്വദേശീയപ്രസ്ഥാ നത്തിനകത്ത് വളർന്നുവന്ന ആശയസമരത്തെ കുറേക്കൂടി ഇടത്തോ ട്ടേക്ക് പിടിച്ചുവലിച്ച സി പി സിയുടെ നിലപാടുകളാണ് മാർക്സിസം- ലെനിനിസം-മാവോസേതുങ്ങ് ചിന്ത പ്രത്യയശാസ്ത്ര വഴികാട്ടിയായി സ്വീകരിക്കുന്ന നിരവധി എം എൽ പാർട്ടികളെ രൂപപ്പെടുത്തിയത്. ഇങ്ങനെ രൂപീകരിക്കപ്പെട്ട പാർട്ടികളിൽ മഹാഭൂരിപക്ഷവും തങ്ങളുടെ വിഭാഗീയവും വരട്ടുതത്ത്വവാദപരവുമായ നിലപാടുകൾമൂലം ഇന്ന് ഏറക്കുറെ ശിഥിലമാകുകയും ഒട്ടേറെ ഗ്രൂപ്പുകളായി പിളർന്നു രാഷ്ട്രീ യമായി പ്രസക്തി നഷ്ടപ്പെട്ട അവസ്ഥയിലാണ്. എന്നാൽ ഇവയിൽ ചില ഗ്രൂപ്പുകൾ കുറേക്കൂടി തീവ്രവാദപരമായ നിലപാടുകളിലേക്ക് മാറി മാർക്സിസ്റ്റ്-ലെനിനിസ്റ്റ് അർത്ഥകല്പനകളിൽനിന്നും വ്യതിചലിച്ച് മാവോയിസം സ്വീകരിച്ച് ഇന്ത്യയിലെന്നപോലെ ഏറ്റവും പിന്നോക്കം നില്ക്കുന്ന ഗോത്രമേഖലകളിലും മറ്റും കേന്ദ്രീകരിച്ച് സായുധസമര ത്തിന്റെ പേരിൽ പൊലീസുമായി നിരന്തരം ഏറ്റുമുട്ടി ഭീകരവാദ ഗ്രൂപ്പു കളായി പ്രവർത്തിക്കുന്നുണ്ട്. തീർച്ചയായും ഇത്തരം ഗ്രൂപ്പുകൾക്ക് ഇന്നും

ഗറില്ലാ സമരത്തിന്റെയും വിപ്ലവത്തിന്റെയും ചുവന്ന സ്വപ്നങ്ങളാൽ പ്രചോദിതരാവുന്നതും രാഷ്ട്രീയ പക്വതയും മാർക്സിസ്റ്റ് വീക്ഷണ ത്തിന്റെ വ്യക്തതയും കൈവന്നിട്ടില്ലാത്തവരുമായ ഒരു ചെറിയ വിഭാഗം യുവജനങ്ങളെയെങ്കിലും ആകർഷിക്കാൻ കഴിയുന്നുണ്ടെന്നത് ഒരു യാഥാർത്ഥ്യമാണ്. വിപ്ലവകരമായ സാമൂഹ്യമാറ്റവും സോഷ്യലിസവും കമ്യൂണിസവുമെല്ലാം പ്രയോഗത്തിൽ കൊണ്ടുവരണമെന്നഭിലഷിക്കുന്ന വലിയൊരു വിഭാഗത്തെ വഴിതെറ്റിക്കുകയാണ് ഇത്തരം ഗ്രൂപ്പുകൾ. ഇട തുപക്ഷ ബലാരിഷ്ടതകളും പ്രത്യയശാസ്ത്രപരമായ പക്വതയില്ലാ യ്മയും ഇത്തരം ഗ്രൂപ്പുകളെ നയിക്കുന്നവരെ വസ്തുനിഷ്ഠ യാഥാർത്ഥ്യ ങ്ങൾ മനസ്സിലാക്കുന്നതിൽ നിന്നും തടയുകയാണ്.

കമ്യൂണിസ്റ്റ് പ്രസ്ഥാനത്തിനകത്തെ അഭിപ്രായഭിന്നതകളെയും പിളർപ്പുകളെയും ഊതിവീർപ്പിച്ചും ആഗോളവല്ക്കരണം സൃഷ്ടിക്കുന്ന സങ്കീർണ്ണമായ സാമൂഹ്യ യാഥാർത്ഥ്യങ്ങളെ അഭിസംബോധന ചെയ്യു ന്നതുമായി ബന്ധപ്പെട്ട് പ്രസ്ഥാനത്തിനകത്ത് സ്വാഭാവികമായും ഉണ്ടാ കുന്ന ആശയസമരങ്ങളെ പർവ്വതീകരിച്ച് കാട്ടിയും സോഷ്യലിസ്റ്റ്-കമ്യൂ ണിസ്റ്റ് പ്രസ്ഥാനത്തിനകത്ത് ആകൃഷ്ടരാവുന്ന യുവജനങ്ങളെയും വിദ്യാർത്ഥികളെയും തൊഴിലാളികളെയുമെല്ലാം പിന്തിരിപ്പിക്കാൻ വല തുപക്ഷ ശക്തികൾക്ക് നല്ലൊരു ആയുധമായിത്തീർന്നിരിക്കുകയാണിന്ന് പല എം എൽ ഗ്രൂപ്പുകളും അതിവിചിത്രമായ രാഷ്ട്രീയ പ്രത്യയ ശാസ്ത്ര ധാരണകൾ വെച്ചുപുലർത്തുന്ന മാവോയിസ്റ്റുകളും. കേരളം പോലെ ഇടതുപക്ഷ രാഷ്ട്രീയ ആശയങ്ങൾക്ക് സ്വാധീനമുള്ള പ്രദേശ ങ്ങളിൽ സംഘടിത തൊഴിലാളി-കർഷക പ്രസ്ഥാനങ്ങൾക്കും ഇടതു പക്ഷ കമ്യൂണിസ്റ്റ് പ്രസ്ഥാനങ്ങൾക്കുമെതിരായി പരമാവധി ആശയക്കു ഴപ്പങ്ങൾ സൃഷ്ടിക്കാനാണ് പല നക്സലൈറ്റ് ഗുരുക്കന്മാരും ശ്രമിച്ചു കൊണ്ടിരിക്കുന്നത്. കേരളത്തിലെ എം എൽ പാർട്ടിയുടെ സംഘാടന ത്തിൽ നേതൃത്വപരമായ പങ്ക് വഹിച്ച ഭാസുരേന്ദ്രബാബു ഒരു ലേഖന (യുവധാരയിൽ വന്നത്)ത്തിൽ നിരീക്ഷിക്കുന്നതുപോലെ എം എൽ പരി വേഷത്തിൽ ജീവിച്ചുപോകുന്ന പല എം എൽ നേതാക്കന്മാരും ഒരൊറ്റ രാത്രിയുടെ മാത്രം രാഷ്ട്രീയ പ്രയോഗത്തിന്റെ അനുഭവം മാത്രമുള്ള വരാണ്. സായുധ ഗറില്ലാ പ്രവർത്തനമാണ് വർഗ്ഗസമരത്തിന്റെ ഉന്നത രൂപമെന്ന് തെറ്റിദ്ധരിച്ച് ഏതെങ്കിലുമൊരു ജന്മിയുടെ തലവെട്ടാൻ പോയ വരോ പാളിപ്പോയ പൊലീസ് സ്റ്റേഷൻ ആക്രമണങ്ങളിൽ പങ്കെടുത്ത വരോ ആയിട്ടുള്ള കേരളത്തിലെ ഒട്ടുമിക്ക നക്സൽ നേതാക്കളും സാമൂ ഹ്യപ്രവർത്തനത്തിന്റെ അനുഭവങ്ങളില്ലാത്തവരാണ്.

ഇന്നിപ്പോൾ ഇത്തരത്തിലുള്ള എല്ലാ പെറ്റി ബൂർഷ്വാഗ്രൂപ്പുകളു ടെയും അരാജക സംഘങ്ങളുടെയും ആക്രമണത്തിന്റെ കുന്തമുന സി പി ഐ എമ്മും സാമ്രാജ്യത്വ ആഗോളവല്ക്കരണത്തിനെതിരായി

അതിന്റെ നേതൃത്വത്തിൽ രൂപപ്പെട്ടുവരുന്ന ഇടതുപക്ഷ രാഷ്ട്രീയ ശക്തി കളാണ് നന്ദിഗ്രാം മുതൽ കേരളത്തിലെ ആദിവാസിപ്രശ്നംവരെ നവ ലിബറലിസത്തിന്റെ ഡൈഷണിക മണ്ഡലത്തിനനുഗുണമായ സൈദ്ധാ ന്തിക വിമർശനങ്ങളായാണ് പല നക്സലൈറ്റ് ബുദ്ധിജീവികളും സ്വീക രിക്കുന്നത്. ഇത്തരം ഇടതുപക്ഷ തീവ്രവാദ നിലപാടുകളുടെ വർഗ്ഗപ രവും സാമൂഹൃവുമായ അടിസ്ഥാനങ്ങളെ അനാവരണം ചെയ്തുകൊണ്ട് ലെനിൻ പറഞ്ഞത് മുതലാളിത്തത്തിന്റെ കീഴിൽ എന്നും മർദ്ദനം അനു ഭവിക്കുകയും പലപ്പോഴും അവിശ്വസനീയമാംവണ്ണം തീവ്രമായും ത്വരി തമായും സ്ഥിതി വഷളായി നശിക്കുകയും ചെയ്യുന്ന ചെറുകിട സ്വത്തു ടമ അഥവാ ചെറുകിട മുതലാളി അങ്ങേയറ്റം വിപ്ലവവാദത്തിലേക്ക് അനാ യാസേന നീങ്ങുമെന്നും എന്നാൽ സ്ഥിരോത്സാഹത്തോടെ പ്രയത്നി ക്കാനോ സംഘടന കെട്ടിപ്പടുക്കുവാനോ അച്ചടക്കം പാലിക്കുവാനോ അടിയുറച്ചുനില്ക്കുവാനോ അയാളെക്കൊണ്ടാവില്ലെന്നുമാണ്. പെറ്റി ബൂർഷ്വാ, അരാജകവാദമെന്നപോലെതന്നെ എല്ലാ മുതലാളിത്ത രാജ്യ ങ്ങൾക്കും സവിശേഷമായൊരു സാമൂഹൃപ്രതിഭാസമാണ്. ഇത്തരം വിപ്ല വവാദത്തിന്റെ അസ്ഥിരത, അതിന്റെ പൊള്ളത്തരം, പെട്ടെന്നു കീഴട ങ്ങലും ബൂർഷ്വാകമ്പത്തിലുള്ള ഭ്രമവുമായി മാറാനുള്ള സാദ്ധ്യത. ലെനിൻ വ്യക്തമാക്കിയതുപോലെ ഇടതുതീവ്രവാദത്തിന്റെ ഈ സവി ശേഷതകളെല്ലാം താത്ത്വികവും അമൂർത്തവുമായി ഈ കാര്യങ്ങൾ അംഗീകരിച്ചാൽ ഒരു വിപ്ലവ പാർട്ടിയും ഇത്തരം തെറ്റുകളിൽനിന്നും മുക്തമാവുന്നില്ല. അപ്രതീക്ഷിതമായ സന്ദർഭങ്ങളിലും പുതുതായ രൂപ ങ്ങളിലും മുമ്പില്ലാത്ത വേഷപ്പകർച്ചകളിലും ഇടതു പാളിച്ചകൾ ആവർത്തിക്കപ്പെടുമെന്നുള്ളതാണ് സാർവ്വദേശീയ പ്രസ്ഥാനത്തിന്റെയും ഇന്ത്യയിലെയും തൊഴിലാളിവർഗ്ഗ പ്രസ്ഥാനത്തിന്റെ ചരിത്രം ഓർമ്മി പ്പിക്കുന്നത്. തൊഴിലാളി വർഗ്ഗത്തിന്റെ വിപ്ലവകരമായ താല്പര്യങ്ങളെ ഹനിക്കുന്ന രാക്ഷസീയ ശക്തികളെന്ന് ലെനിൻ സൂചിപ്പിക്കുന്ന ഇടത്- വലതു പാളിച്ചകൾ മാർക്സിസത്തിന്റെ ചരിത്രപരവും വൈരുദ്ധ്യാത്മ കവുമായ വിശകലന രീതിയെ നിരസിക്കുന്ന അന്യവർഗ്ഗപ്രവണതക ളാണ്. തീർച്ചയായും നക്സലൈറ്റുകളുടെ വിഭാഗീയവും വരട്ടുതത്വ വാദപരവുമായ രാഷ്ട്രീയ പ്രത്യയശാസ്ത്ര നിലപാടുകളുടെ അടിവേ രുകൾ കിടക്കുന്നത് സി പി സിയുടെ 9-ാം കോൺഗ്രസ് മുന്നോട്ടുവെച്ച പുതിയ യുഗസിദ്ധാന്തത്തിലും സാംസ്കാരിക വിപ്ലവം മുന്നോട്ടുവെച്ച അരാജകവാദപരമായ രാഷ്ട്രീയ പ്രത്യയശാസ്ത്ര നിലപാടുകളിലുമാ ണ്. സാമ്രാജ്യത്വത്തിന്റെയും തൊഴിലാളിവർഗ്ഗ വിപ്ലവങ്ങളുടെയും യുഗ മാണിതെന്ന ലെനിനിസ്റ്റ് വിലയിരുത്തലുകളെ വികസിപ്പിച്ചുകൊണ്ട് സി പി സിയുടെ ഒമ്പതാം കോൺഗ്രസിൽ ലിൻപിയാവോ അവതരിപ്പിച്ച രാഷ്ട്രീയ സംഘടനാ റിപ്പോർട്ടിലെ പുതിയ യുഗസിദ്ധാന്തമാണ് സാർവ്വ

ദേശീയ കമ്യൂണിസ്റ്റ് പ്രസ്ഥാനത്തിനകത്ത് ക്രൂഷ്ചേവിയൻ തിരു ത്തൽവാദത്തിനെതിരായ സമരത്തിലൂടെ രൂപപ്പെട്ട വിപ്ലവധാരയിൽ മുറി വുകളുണ്ടാക്കിയത്. സാമ്രാജ്യത്വത്തിന്റെ സർവ്വതോരുഖമായ നാശത്തി ന്റെയും തൊഴിലാളിവർഗ്ഗ സോഷ്യലിസ്റ്റ് വിപ്ലവങ്ങളുടെ ആത്യന്തിക മായ വിജയത്തിന്റെയും യുഗമാണിതെന്ന സി പി സിയുടെ വിലയിരു ത്തലുകൾ വിപ്ലവത്തിന്റെ ആസന്നസാധ്യതകളെ സംബന്ധിച്ച മിഥ്യാ ധാരണകൾ പടർത്തുകയാണ് ചെയ്തത്. ലെനിന്റെ ബോൾഷെവിക് സംഘടനാ സങ്കല്പങ്ങൾ പുതിയ സാഹചര്യത്തിൽ അപ്രസക്തമായി ക്കഴിഞ്ഞിരിക്കുന്നുവെന്ന വിലയിരുത്തലുകളും ഇതിന്റെ ഭാഗമായുണ്ടാ യി. പുതിയ സാഹചര്യങ്ങൾക്കും കടമകൾക്കുമനുസൃതമായ പുതിയ തരം പാർട്ടികളാണ് വേണ്ടതെന്ന വാദവും ഈ ഘട്ടത്തിൽ രൂപംകൊണ്ട എം എൽ സംഘടനകൾ അംഗീകരിച്ചു. സായുധ സമരത്തെ ഏകമാത്ര സമരരൂപമായി സ്വീകരിച്ച ഒട്ടുമിക്ക എം എൽ ഗ്രൂപ്പുകളും പാർട്ടി സംഘ ടനതന്നെ സൈനികദളങ്ങളായാണ് കെട്ടിപ്പടുത്തത്. ചൈനീസ് പാർട്ടി യുടെ പേരിൽ പുറത്തുവന്ന ലിൻപിയാവോവിസ്റ്റ് യുഗസങ്കല്പത്തെയും ചൈനീസ് സാംസ്കാരിക വിപ്ലവത്തെയും പുതുതായി രൂപംകൊണ്ട ലോകമെമ്പാടുമുള്ള എം എൽ സംഘടനകൾ വിമർശനരഹിതമായി സ്വീകരിക്കുകയായിരുന്നു.

മുതലാളിത്ത പുനഃസ്ഥാപനത്തെ സംബന്ധിച്ച സിദ്ധാന്തങ്ങളിലൂടെ സോവിയറ്റ് യൂണിയനെയും അതിനോട് സൗഹൃദത്തിൽ കഴിയുന്ന സോഷ്യലിസ്റ്റ് രാജ്യങ്ങളിലെ സോഷ്യലിസ്റ്റ് നിർമ്മാണത്തിന്റെ പ്രയോ ഗത്തെയും ശാസ്ത്രീയ സോഷ്യലിസത്തിന്റെ സൈദ്ധാന്തികാടിസ്ഥാ നങ്ങളെയും നിരാകരിക്കുന്ന ആശയവാദപരമായ സമീപനങ്ങളാണ് ഈ പുതിയ എം എൽ വിഭാഗങ്ങൾ സ്വീകരിച്ചത്. ഒരർത്ഥത്തിൽ സോവി യറ്റ് യൂണിയന്റെ തിരുത്തൽവാദ നയങ്ങൾക്കെതിരായ സമരത്തിന്റെ പേരിൽ നക്സലൈറ്റ് സൈദ്ധാന്തികരും അമേരിക്കയുടെ ശീതയുദ്ധ തന്ത്രങ്ങളുടെ മാപ്പുസാക്ഷികളായി തീരുകയായിരുന്നു. സി പി സിയുടെ സോവിയറ്റ് വിമർശനത്തെയും പ്രത്യയശാസ്ത്ര ദൗർബല്യങ്ങളെയും ഉപയോഗപ്പെടുത്തിക്കൊണ്ട് സോഷ്യലിസ്റ്റ് ബ്ലോക്കിൽ ശത്രുതാപരമായ ഭിന്നതകൾ സൃഷ്ടിക്കാൻ അറുപതുകളിൽ അമേരിക്ക പദ്ധതികളിട്ടിരു ന്നു. ശീതയുദ്ധകാലത്തെ ചൈന-റഷ്യ ബന്ധങ്ങളെ പരമാവധി ശത്രു താപരമാക്കാനുള്ള അമേരിക്കൻ പദ്ധതി ദെത്താന്തേ പോളിസി (Dentate Policy) എന്നാണ് വിളിക്കപ്പെട്ടത്.

സമൂർത്ത സാഹചര്യങ്ങളുടെ സമൂർത്ത വിശകലനമാണ് മാർക്സി സത്തിന്റെ സത്തയെന്ന ലെനിന്റെ ഉദ്ബോധനങ്ങളെ മനസ്സിലാക്കാനാ വാതെ ചൈനയിലെ ചുവപ്പ് രാഷ്ട്രീയാധികാരത്തിന്റെ സാഹചര്യങ്ങളെ ഇന്ത്യപോലുള്ള രാജ്യങ്ങളിലും പകർത്താമെന്ന വ്യാമോഹത്തിലാണ്

മാവോയിസ്റ്റുകൾ. ലിൻപിയാവോവിന്റെ യുഗസങ്കല്പത്തെ പിൻപറ്റി ക്കൊണ്ട് മുന്നോട്ടുവെക്കപ്പെട്ട ഒട്ടുമിക്ക എം എൽ ഗ്രൂപ്പുകളുടെയും പരി പാടികൾ മൂന്നാംലോക രാജ്യങ്ങളിലെല്ലാം അർദ്ധകൊളോണിയൽ- അർദ്ധഫ്യൂഡൽ സാമൂഹ്യ വ്യവസ്ഥയാണെന്നും അത്തരം രാജ്യങ്ങളി ലെല്ലാം ദീർഘകാലജനകീയ യുദ്ധമാണ് വിപ്ലവത്തിന്റെ തന്ത്രമെന്നും യാന്ത്രികമായി ആവർത്തിച്ചുകൊണ്ടിരിക്കുകയാണ്. ഈയൊരു മിഥ്യാ ധാരണയിൽനിന്ന് എം എൽ-മാവോയിസ്റ്റ് വിഭാഗങ്ങൾ നടത്തുന്ന വിപ്ലവ പ്രയോഗങ്ങൾ രാഷ്ട്രീയ പ്രവർത്തനമെന്ന് ഒരിക്കലും വിവക്ഷിക്കാനാ വാത്ത സൈനിക അതിസാഹസങ്ങൾ മാത്രമാണ്. ജനകീയ ബന്ധ ങ്ങൾ സ്ഥാപിക്കാനാവാത്ത വിധ്വംസക ചെയ്തികൾ മാത്രമായേ ഈ വിധ പ്രവർത്തനങ്ങളെ മാർക്സിസ്റ്റുകാർക്ക് കാണാൻ കഴിയൂ.

വിപ്ലവപൂർവ്വ ചൈനയുടെ സാഹചര്യമാണ് ഇന്ത്യയിലെന്നുള്ള മിഥ്യാധാരണകളാണ് ചൈനീസ് ചെയർമാൻ നമ്മുടെ പാത തുടങ്ങി ചൈനീസ് ചെയർമാൻ നമ്മുടെ ചെയർമാൻ എന്നിങ്ങനെ വിപ്ലവത്തിന്റെ ദേശീയ ഉള്ളടക്കംവരെ മറന്നുപോയ മാവോയിസ്റ്റ് മുദ്രാവാക്യങ്ങളിലേക്ക് മജുംദാരെയും കുന്നിക്കൽ നാരായണനെയും വിപ്ലവത്തിന്റെ ദാർശനിക പ്രശ്നങ്ങൾ നിർവ്വചിച്ച കെ വേണുവിനെവരെ എത്തിച്ചത്.

നക്സൽബാരി കലാപത്തെ ഇന്ത്യൻ ചക്രവാളത്തിലെ വസന്ത ത്തിന്റെ ഇടിമുഴക്കമെന്ന് വിശേഷിപ്പിച്ച പീപ്പിൾസ് ഡെയ്ലി തയ്യാറാ ക്കിയ മുഖപ്രസംഗവും അതിന്റെ പീക്കിങ് റേഡിയോവിന്റെ പ്രക്ഷേപ ണവുമാണ് കേരളത്തിലെ ആദ്യകാല എം എൽ രാഷ്ട്രീയ പ്രവർത്ത കരെ പുതിയൊരു പാർട്ടി രൂപീകരണത്തിലേക്ക് നയിച്ചത്. അജിത തന്റെ *ഓർമ്മക്കുറിപ്പുകളിൽ*, പീക്കിങ് റേഡിയോ പ്രക്ഷേപണത്തിന്റെ ഉള്ള ടക്കം മുഴുവൻ അന്നു മനസ്സിലായില്ലെങ്കിലും ഇരുട്ടിൽ തപ്പിത്തടഞ്ഞു കൊണ്ടിരുന്ന കുരുടന്മാർക്ക് പെട്ടെന്ന് കണ്ണുകൾ വീണ്ടുകിട്ടിയതുപോലെ തങ്ങളെ കോരിത്തരിപ്പിച്ചുവെന്നാണ് രേഖപ്പെടുത്തിയത്. കുന്നിക്കലിന്റെ നേതൃത്വത്തിൽ കോഴിക്കോട്ടെ 27-ാം ഡിവിഷനിലെ സഖാക്കൾ ചൈനീസ് ലേഖനങ്ങൾ പ്രസിദ്ധീകരിച്ചുകൊണ്ട് യഥാർത്ഥ ചൈനീസ് ലൈൻ പ്രചരിപ്പിക്കുവാൻ തുടങ്ങി. ദേശീയതലത്തിൽ രൂപംകൊണ്ട കമ്മ്യൂണിസ്റ്റ് വിപ്ലകാരികളുടെ പ്രഖ്യാപനങ്ങളും അവർ കേരളത്തിൽ വിവർത്തനം ചെയ്തു പ്രചരിപ്പിച്ചു. ആസന്ന വിപ്ലവസാധ്യതകളിൽ ആകൃഷ്ടരായ നിരവധി പേരെ സംസ്ഥാനത്തൊട്ടാകെ വിളിച്ചുചേർത്ത് സംസ്ഥാന കോ-ഓർഡിനേഷൻ കമ്മിറ്റി രൂപീകരിക്കാൻ കുന്നിക്കൽ ശ്രമിച്ചുനോക്കി. ആദ്യ ആലോചനായോഗം തന്നെ ഒരു യോജിപ്പിലുമെ ത്താതെ പിരിയുകയായിരുന്നു. തുടർന്ന് എറണാകുളത്തും കോഴിക്കോ ട്ടുമെല്ലാം പല തലങ്ങളിൽ സംഘടനയുടെ കോ-ഓർഡിനേഷൻ യോഗ ങ്ങൾ നടത്തി. കോഴിക്കോട്ടെ യോഗത്തിൽ അദ്ധ്യക്ഷനായിരുന്ന, സി

പി ഐ എമ്മിൽ നിന്നും നേരത്തെ പുറത്താക്കപ്പെട്ട അമ്പാടി ശങ്കരൻകു
ട്ടിമേനോൻ നടത്തിയ പ്രസംഗത്തെക്കുറിച്ച് അജിത ഓർമ്മിക്കുന്നത്
നോക്കുക; അയാൾ ഒരു നേതാവിനെപ്പോലെ വന്ന് ഘനഗാംഭീര്യ
ത്തോടെ യോഗത്തിൽ പ്രസംഗിച്ചു. നക്സൽബാരിയെക്കുറിച്ചോ,
ചൈനീസ് പാർട്ടികളുടെയും മാവോവിന്റെയും ശിക്ഷണങ്ങളെക്കുറിച്ചോ,
സാർവദേശീയ രംഗത്ത് അവർ നടത്തിക്കൊണ്ടിരിക്കുന്ന തത്ത്വത്തില
ധിഷ്ഠിതമായ സമരത്തെക്കുറിച്ചോ ഒന്നുമല്ല അയാൾക്കു പറയാനുണ്ടാ
യിരുന്നത്. സഖാവ് കൃഷ്ണപിള്ളയുടെ സ്വാധീനം കേരളം മുഴുവൻ
വ്യാപിച്ചുകൊണ്ടിരുന്നപ്പോൾ ഇ എം എസിന് അസൂയതോന്നിയെന്നും,
സഖാവ് കൃഷ്ണപിള്ള പാമ്പുകടിയേറ്റിട്ടൊന്നുമല്ല മരിച്ചത്, ഇ എം എസ്
കൊന്നതാണെന്നും ഞങ്ങളോട് വികാരപാരവശ്യത്തോടെ ഉച്ചത്തിൽ പറ
ഞ്ഞത് ഞാനിപ്പോഴും ഓർക്കുന്നു. കേരളത്തിൽ എം എൽ ഗ്രൂപ്പുക
ളുടെ ഒട്ടുമിക്ക നേതാക്കളും അന്ധമായ സി പി ഐ (എം) വിരോധ
ത്തിനപ്പുറം, വിപ്ലവത്തിന്റെ വിജയസാധ്യതകളെക്കുറിച്ചോ, എഴുപതിലെ
പാർട്ടി പരിപാടി അനുസരിച്ചുപോലും കാര്യമായ പ്രയോഗങ്ങൾ വിക
സിപ്പിക്കുന്നതിലോ തല്പരരായിരുന്നില്ല. തലശ്ശേരി-പുല്പള്ളി സമരവും
തൃശ്ശിലേരി-തിരുനെല്ലി സമരവുമെല്ലാം എം എൽ ഗ്രൂപ്പുകൾക്കിടയിലെ
ഗ്രൂപ്പ് മത്സരങ്ങളുടെ ഭാഗമായിക്കൂടി നടത്തപ്പെട്ടതാണ്. കുന്നിക്കൽ
വിഭാഗം സാമ്രാജ്യത്വമാണ് മുഖ്യ വൈരുദ്ധ്യമെന്നും മജുംദാറുടെ ഉന്മൂ
ലനലൈൻ ശരിയല്ലെന്നും സമർത്ഥിക്കാനാണ് ഭരണകൂടവുമായി നേരിട്ട്
ഏറ്റുമുട്ടുന്ന പൊലീസ് സ്റ്റേഷനാക്രമണങ്ങൾ സംഘടിപ്പിച്ചത്.

വിപുലമായ ആദിവാസി ബഹുജനപിന്തുണയോടെ നിരവധി സമ
രങ്ങൾ നയിച്ച വർഗീസിനെപ്പോലുള്ള സഖാക്കൾ ഇത്തരം ഒറ്റപ്പെട്ട
സാഹസികസമരങ്ങളിലൂടെ ജനങ്ങൾക്കിടയിൽ പിടിച്ചുനില്ക്കാനാ
വാതെ ഭരണകൂടത്തിന്റെ വേട്ടപ്പട്ടികളുടെ ഇരയായിത്തീരുകയായിരുന്നു.
വർഗീസിന്റെ മഹോന്നതമായ രക്തസാക്ഷിത്വം പോലും നക്സലൈറ്റു
കളുടെ ഗ്രൂപ്പ് കളിയിൽ അവമതിക്കപ്പെടുകയായിരുന്നുവെന്ന് പിന്നീട്
ആ കൃത്യം നിർവ്വഹിക്കുവാൻ നിയോഗിക്കപ്പെട്ട രാമചന്ദ്രൻ നായർ എന്ന
സി ആർ പി എഫുകാരൻ തന്നെ ഏറ്റുപറഞ്ഞുകഴിഞ്ഞിരിക്കുകയാണ്.
പൊലീസ് കസ്റ്റഡിയിൽ വെച്ചുള്ള വർഗീസിന്റെ ദാരുണമായ കൊലപാ
തകത്തിനെതിരെ അന്ന് കേരളത്തിൽ ശക്തമായ പ്രതിഷേധം ഉയർന്നു
വരികയുണ്ടായി. അന്നത്തെ പ്രതിപക്ഷനേതാവായിരുന്ന ഇ എം എസ്
തന്നെ വർഗീസിന്റെ കൊലപാതകത്തെക്കുറിച്ച് ജുഡീഷ്യൽ അന്വേ
ഷണം നടത്തണമെന്നും ആഭ്യന്തരമന്ത്രി സി എച്ച് മുഹമ്മദ്കോയ രാജി
വെക്കണമെന്നും ആവശ്യപ്പെട്ടിരുന്നു. വർഗീസ് പൊലീസുമായുള്ള
സംഘട്ടനത്തിലല്ല മരിച്ചതെന്നും ഈ ഏറ്റുമുട്ടൽ കഥ കസ്റ്റഡിയിൽ
വെച്ചുള്ള കൊലപാതകം മറച്ചുപിടിക്കാനുള്ളതാണെന്നും കെ പി ആർ

ഗോപാലൻ മാനന്തവാടിയിൽ പ്രസംഗിച്ചു. ഒരു ജുഡീഷ്യൽ അന്വേഷ ണത്തിനുള്ള സമ്മർദ്ദം സർക്കാരിനുമേൽ കൂടിവരുന്ന സന്ദർഭത്തിലാണ് അന്നത്തെ ആഭ്യന്തരമന്ത്രിയെ രക്ഷിക്കാൻ അജിതയുടെ ഭാഷയിൽ പറ ഞ്ഞാൽ സ്വർഗ്ഗത്തിൽ നിന്നെന്നപോലെ ഒരു വൈക്കോൽ തുരുമ്പ് പ്രത്യ ക്ഷപ്പെട്ടു. അതെന്താണെന്നോ? സി പി ഐ (എം എൽ) സംസ്ഥാന കമ്മിറ്റിയുടെ ഔദ്യോഗിക മുഖപത്രമായ *ലിബറേഷൻ* എന്ന മാസിക യിൽ ഈ സംഭവത്തെക്കുറിച്ച് കൊടുത്തിരുന്ന വാർത്തയായിരുന്നു. സഖാവ് വർഗീസ് പൊലീസുമായുള്ള സംഘട്ടനത്തിൽ തന്നെയാണ് കൊല്ലപ്പെട്ടത് അല്ലാതെ ചിലരൊക്കെ പറയുന്നതുപോലെ പിടിക്കപ്പെട്ട ശേഷം പൊലീസ് വധിക്കുകയല്ല ഉണ്ടായതെന്നും ആ പത്രം അമർഷ ത്തോടെ പ്രഖ്യാപിച്ചു. സംഘട്ടനത്തിൽ കൊല്ലപ്പെട്ടാൽമാത്രമേ വീരച രമമാവുകയുള്ളുവെന്നും പൊലീസ് പിടിച്ചുകൊല്ലുന്നത് ഭീരുത്വത്തിന്റെ ലക്ഷണമാണെന്നൊക്കെയുള്ള വികൃതമായ ധാരണ അവർ പരത്തി (*ഓർമ്മക്കുറിപ്പുകൾ*, പേജ് 236). അന്നത്തെ നക്സലൈറ്റുകളുടെ ഔദ്യോഗിക മുഖപത്രത്തിലെ ഈ വാർത്ത ഉയർത്തിക്കാണിച്ചുകൊ ണ്ടാണ് വർഗീസിന്റെ ക്രൂരമായ കസ്റ്റഡി മരണം ഉയർത്തിയ പ്രതിഷേ ധത്തിൽ നിന്ന് തലയൂരാൻ അച്ചുതമേനോൻ സർക്കാരിന് കഴിഞ്ഞത്.

പാർട്ടി രൂപീകരണ ഘട്ടത്തിൽ തന്നെ മുന്നോട്ടുവെച്ച വസ്തുനിഷ്ഠ സാഹചര്യത്തെ സംബന്ധിച്ച തെറ്റായ വിലയിരുത്തലുകളും സാമൂഹിക യാഥാർത്ഥ്യത്തിന് നിരക്കാത്ത വിപ്ലവപരിപാടിയും തീവ്രവാദപരമായ പ്രവർത്തന ശൈലിയും തിരുത്താൻ 1980 കളോടെ കേരളത്തിലെ എം എൽ പ്രവർത്തകർ ശ്രമിച്ചിരുന്നു. ജനകീയ സാംസ്കാരിക വേദിയുടെ തകർച്ചയും കേണിച്ചിറ ഉന്മൂലന സമരത്തെത്തുടർന്നുണ്ടായ തിരിച്ചടി കളുമെല്ലാം 1970 ലെ പാർട്ടി പരിപാടി ഇന്ത്യയുടെയും കേരളത്തിലെയും സാമൂഹ്യ യാഥാർത്ഥ്യങ്ങളെ പ്രതിഫലിപ്പിക്കുന്നതല്ലായെന്ന തിരിച്ചറിവ് ഈ ഘട്ടത്തിൽ ശക്തമായി. അർദ്ധകൊളോണിയൽ-അർദ്ധഫ്യൂഡൽ വിലയിരുത്തലുകൾ കൈയൊഴിയുമ്പോഴും പുത്തൻ കൊളോ ണിയലിസത്തെ സംബന്ധിച്ച തെറ്റായ വിലയിരുത്തലുകൾ നടത്താനും ദേശീയതകളുടെ വിമോചനം പോലുള്ള വിഘടനവാദം ഇന്ത്യൻ വിപ്ല വത്തിന്റെ മുഖ്യ ഉള്ളടക്കമായി പുനരാവിഷ്കരിക്കാനുമാണ് കെ വേ ണുവിന്റെ നേതൃത്വം ശ്രമിച്ചത്. സാമ്രാജ്യത്വത്തിന്റെ പുത്തൻ കൊളോ ണിയൽ മാറ്റത്തെക്കുറിച്ചുള്ള മാർക്സിസവുമായി വിദൂര ബന്ധങ്ങൾ മാത്രമുള്ള പഠനങ്ങളാണ് അക്കാലത്ത് പാർട്ടി അണികൾക്കിടയിൽ പ്രച രിപ്പിച്ചത്. രാഷ്ട്രീയ പ്രത്യയശാസ്ത്രരംഗത്ത് പൊതുവെ നവീന ഇടതു പക്ഷധാരകളെന്ന് വിവക്ഷിക്കുന്ന പഠനങ്ങളാണ് ഇതിൽ പ്രധാനം. സാമ്രാജ്യത്വവും കോളനികളും തമ്മിലുള്ള കേന്ദ്ര-ഉപഗ്രഹസമാന ബന്ധഘടനകളായി പുത്തൻ കൊളോണിയലിസത്തെ നിർവ്വചിക്കുന്ന

പഠനങ്ങളും കാഴ്ചപ്പാടുകളുമാണ് അക്കാലത്ത് ചർച്ച ചെയ്യപ്പെട്ടത്. ഉല്പാദന ബന്ധങ്ങളിൽ നിന്ന് സാമ്രാജ്യത്വ വ്യവസ്ഥയെ വിശദീകരി ക്കുന്നതിനുപകരം ഇത്തരം പഠനങ്ങളിലെല്ലാം ബൂർഷ്വാ സങ്കുചിതപര മായ വിപണി പഠനങ്ങളിലാണ് ഊന്നിയത്. സാമ്രാജ്യത്വത്തെ മുതലാ ളിത്തത്തിന്റെ ഗുണപരമായി ഉയർന്ന ഘട്ടമായി കാണുന്ന ലെനിനിസ്റ്റ് പാഠങ്ങളെ നിരാകരിക്കുന്ന, ഫിനാൻസ് മൂലധനത്തിന്റെ വളർച്ചയെയും പ്രാധാന്യത്തെയും ഉല്പാദനബന്ധങ്ങളിലൂടെ അനാവരണം ചെയ്ത സാമ്രാജ്യത്വത്തെ സംബന്ധിച്ച് മാർക്സിസ്റ്റ് അർത്ഥകല്പനകളെ കൈയൊഴിഞ്ഞ സമീപനങ്ങളാണ് വേണുവും ദേശീയതാവിപ്ലവവാദി കളും അക്കാലത്ത് മുന്നോട്ടുവെച്ചത്.

വേണുവിന്റെ വിഘടനവാദപരമായ നിലപാടുകളോട് സമരം ചെയ്തവരാണ് എം എൽ രാഷ്ട്രീയത്തിലെ വിഭാഗീയ നിലപാടുകളാണ് പ്രസ്ഥാനത്തെ ശിഥിലീകരണത്തിലേക്കും ബൂർഷ്വാ ഭ്രമത്തിലേക്കും തള്ളിവിട്ടുകൊണ്ടിരിക്കുന്നതെന്ന തിരിച്ചറിവോടെ എം എൽ ഗ്രൂപ്പു കൾക്കകത്ത് രാഷ്ട്രീയ പുനഃസംഘടനാ പ്രക്രിയ ആരംഭിച്ചത്. തെറ്റു കൾ തിരുത്തിക്കൊണ്ട് വിപുലമായ ബഹുജന സംഘടനാ പ്രവർത്തന ങ്ങൾ നടത്തിക്കൊണ്ട് വിപ്ലവപ്രയോഗം വികസിപ്പിക്കാനാണ് അവർ ശ്രമി ച്ചത്. സാമൂഹ്യ യാഥാർത്ഥ്യങ്ങളിൽ നിന്ന് പാർട്ടിയെ അകറ്റിക്കള ഞ്ഞതും സംഘടിത ഇടതുപക്ഷ പ്രസ്ഥാനങ്ങളിൽനിന്ന് ഒറ്റപ്പെടുത്തി ക്കളഞ്ഞതുമായ രാഷ്ട്രീയവും സംഘടനാപരവുമായ തെറ്റുകൾ ഗൗര വാവഹമായ പ്രത്യയശാസ്ത്രപാളിച്ചകളുടെ ഫലമാണെന്ന് അവർ തിരി ച്ചറിഞ്ഞു. സംഘടിത തൊഴിലാളി വർഗ്ഗത്തിന്റെ അടിത്തറയിൽ പാർട്ടിയെ കെട്ടിപ്പടുക്കാനുള്ള ശ്രമങ്ങൾ മുന്നോട്ട് കൊണ്ടുപോകാനാ വാത്തത് എം എൽ രാഷ്ട്രീയത്തെ നിർണ്ണയിക്കുന്ന മാർക്സിസ്റ്റ് വിരു ദ്ധമായ, സെക്ടേറിയൻ നിലപാടുകളാണെന്ന വിലയിരുത്തലുകളാണ് ആ നീക്കങ്ങൾക്ക് മുൻകൈയെടുത്തവരെ ബോൾഷെവിക്‌വല്ക്കരണ ത്തിലേക്ക് നയിച്ചത്. തിരഞ്ഞെടുപ്പ് ബഹിഷ്കരണം, ഇടതു-വലതുമു ന്നണികൾ ഒന്നാണെന്ന വിലയിരുത്തൽ, ബൂർഷ്വാ പാർട്ടികളെയും സി പി ഐ എം, സി പി ഐ പാർട്ടികളെയും ഒരേപോലെ കാണുന്ന കാഴ്ചപ്പാടുകൾ തുടങ്ങി നിരവധി വിഷയങ്ങൾ സംഘടനയ്ക്കകത്ത് ഇക്കാലത്ത് ചർച്ചാവിഷയമാവുകയുണ്ടായി. ഈയൊരു തെറ്റുതിരുത്തൽ പ്രക്രിയയുടെ തുടർച്ചയിലാണ് എം എൽ പാർട്ടികളെ നിർണ്ണയിച്ച പ്രത്യ യശാസ്ത്ര ധാരണകൾ നിർദ്ദയമായ വിമർശനങ്ങൾക്കും പുനഃപരിശോ ധനയ്ക്കും വിധേയമാക്കപ്പെട്ടത്. 1960 കളിലെ സി പി എസ് യുവിന്റെയും സി പി സിയുടെയും നിലപാടുകളിലേക്ക് വഴുതിപ്പോവാതെ താരതമ്യേന സ്വതന്ത്രമായ നിലപാട് സ്വീകരിച്ച സി പി ഐ (എം) ന്റെ പ്രത്യയ ശാസ്ത്ര സമീപനത്തിന്റെ പ്രസക്തി തിരിച്ചറിയപ്പെട്ടതും.

ഇടതുപക്ഷ പാളിച്ചകളുടേതായ കേരളീയാനുഭവങ്ങൾ വിലപ്പെട്ട പാഠങ്ങളാണ് വിപ്ലവശക്തികൾക്ക് നല്കുന്നത്. സംഘടിത ഇടതുപക്ഷ പ്രസ്ഥാനങ്ങൾക്കെതിരായ കുറ്റകരമായ പ്രചാരണങ്ങളിലൂടെ ജന ങ്ങൾക്കിടയിൽ ആശയക്കുഴപ്പം സൃഷ്ടിക്കുന്നതിലപ്പുറം എം എൽ പാർട്ടി കൾക്ക് യാതൊരുവിധ സ്വാധീനവും സമൂഹത്തിൽ ഇന്ന് ചെലുത്താൻ കഴിയുന്നില്ല. മാവോയിസം അരാജകമായൊരു ഇടതുസാഹസികവാദ മാണെന്നകാര്യമാണ് ജനങ്ങളിൽനിന്നും ഒറ്റപ്പെട്ട ഭീകരപ്രവർത്തന ങ്ങളും അലഞ്ഞുതിരിയുന്ന ഗറില്ലാ പ്രഹസനങ്ങളും വെളിവാക്കുന്നത്.

കാർഷികപ്രശ്നം, ആഗോളവല്ക്കരണം, ജനകീയ ജനാധിപത്യവിപ്ലവം

ഇന്ത്യ അർദ്ധഫ്യൂഡൽ അർദ്ധകൊളോണിയൽ വ്യവസ്ഥയിലാ ണെന്ന മിഥ്യാധാരണകളിൽ അഭിരമിക്കുന്ന മാവോയിസ്റ്റ് സംഘടനകൾ കാർഷിക പ്രശ്നത്തെയും ജനകീയജനാധിപത്യവിപ്ലവത്തെയും സംബ ന്ധിച്ച അബദ്ധപൂർണ്ണമായ ധാരണകളാണ് വെച്ചുപുലർത്തുന്നത്. 1967 ലെ നക്സൽബാരി കലാപത്തിനുശേഷം രൂപംകൊണ്ട ചാരുമജുംദാർ നേതൃ ത്വംകൊടുത്ത സി പി ഐ (എം എൽ)ന്റെയും കാനായി ചാറ്റർജി രൂപീ കരിച്ച മാവോയിസ്റ്റ് കമ്മ്യൂണിസ്റ്റ് സെന്ററിന്റെയും പരിപാടികൾ വിപ്ലവ പൂർവ്വ ചൈനയിലെപ്പോലെ ഇന്ത്യ അർദ്ധകോളനി-അർദ്ധഫ്യൂഡലാ ണെന്ന വിശകലനത്തെയാണ് അവലംബമാക്കിയത്. ഇന്ത്യൻ യാഥാർത്ഥ്യങ്ങളെയും കാർഷികബന്ധങ്ങളെയും ശരിയായി മനസ്സിലാ ക്കാൻ ഒട്ടുമിക്ക എം എൽ ഗ്രൂപ്പുകൾക്കും അവരുടെ വീക്ഷണപരമായ പാളിച്ചകൾമൂലം കഴിഞ്ഞിട്ടില്ല. ആ ദിശയിലുള്ള അന്വേഷണങ്ങളെല്ലാം ജനകീയ യുദ്ധത്തിന്റെ പേരിൽ അവതരിപ്പിക്കപ്പെട്ട അതിസൈനികവാ ദത്തിൽ മുങ്ങിപ്പോവുകയായിരുന്നു.

1970 കൾക്കുശേഷം സാർവ്വദേശീയതലത്തിലും ഇന്ത്യൻ സാഹച ര്യങ്ങളിലും ഉണ്ടായ മാറ്റങ്ങളെ ശരിയായ രീതിയിൽ വിശകലനം ചെയ്യാൻ അവർ മടിച്ചുനില്ക്കുകയാണ് ഉണ്ടായത്. ദേശീയതലത്തിലും കേരളത്തിലും സംഭവിച്ചുകൊണ്ടിരിക്കുന്ന വർഗ്ഗബന്ധങ്ങളിലെ മാറ്റ ങ്ങളെ ഉൾക്കൊള്ളാതെ ഉറക്കത്തിൽ പഴന്തുണി ചവയ്ക്കുന്നവരെ പോലെ ജനാധിപത്യവിപ്ലവത്തെയും ജനകീയയുദ്ധത്തെയുമെല്ലാം സംബന്ധിച്ച വരട്ടുപ്രമാണങ്ങൾ ഉരുക്കഴിക്കുകയാണവർ. കാർഷിക പ്രശ്നങ്ങളെക്കുറിച്ചുള്ള മാർക്സിസ്റ്റ് വിശകലനത്തിന്റെ അടിസ്ഥാനം

കൃഷിയിലെ മൂലധനവികസനവുമായി ബന്ധപ്പെട്ട് ഉണ്ടായിട്ടുള്ള മാറ്റ ങ്ങളെ കണ്ടെത്തുകയും അതിനെ നിർണ്ണയിക്കുന്ന വർഗ്ഗങ്ങളുടെ സ്വ ഭാവം വിശദീകരിക്കുകയുമാണ്. ഇന്ത്യപോലെ ബൃഹത്തായ ഒരു രാജ്യത്തെ ഗ്രാമീണവർഗ്ഗബന്ധങ്ങളെ നിർവ്വചിക്കുകയാണ് കാർഷിക പ്രശ്നങ്ങളെക്കുറിച്ചുള്ള പഠനങ്ങളുടെ സൈദ്ധാന്തിക ധർമ്മം. അതോ ടെടൊപ്പം വൈജാത്യപൂർണ്ണമായ ഇന്ത്യൻ സമൂഹത്തിലെ വ്യത്യസ്ത പ്രദേശങ്ങളിൽ നിലനില്ക്കുന്ന സവിശേഷമായ കാർഷിക സാമ്പത്തിക സാമൂഹ്യ സാഹചര്യങ്ങളെ മനസ്സിലാക്കാനും കാർഷികപ്രശ്നങ്ങളെ പഠിച്ചുകൊണ്ടേ കഴിയൂ.

മാർക്സിസത്തിന് അന്യമായ മദ്ധ്യവർഗ്ഗ സഹതാപങ്ങളിൽനിന്ന് ഉടെലെടുക്കുന്ന അതിസാഹസികതാവാദത്തെ വിപ്ലവസിദ്ധാന്തമായി അവ തരിപ്പിക്കുകയാണ് മാവോയിസ്റ്റുകളെ ആദർശവല്ക്കരിക്കുന്ന പല ബുദ്ധി ജീവികളും. മാവോയിസ്റ്റുകളുടെ ഇന്ത്യൻവിപ്ലവത്തെയും അതിന്റെ തന്ത്ര ത്തെയും അടവിനെയുമെല്ലാം സംബന്ധിച്ച അബദ്ധപൂർണ്ണമായ കാഴ്ച പ്പാടുകളെക്കുറിച്ച് അജ്ഞത സൃഷ്ടിച്ചുകൊണ്ടാണ് പലരും അവരെ യഥാർത്ഥ മാർക്സിസ്റ്റുകളായി അവതരിപ്പിക്കുന്നത്. നിലമ്പൂർ സംഭവ ത്തിനുശേഷം മലയാളത്തിലെ മുഖ്യധാര പ്രസിദ്ധീകരണങ്ങളിൽ വന്ന ഒട്ടുമിക്ക ലേഖനങ്ങളും ഇതിന് ഉദാഹരണങ്ങളാണ്. മാർക്സിസത്തിന്റെ ചരിത്രസാമൂഹ്യദർശനങ്ങളെ നിരാകരിക്കുന്ന വസന്തകലാപാശയങ്ങളും പ്രാന്തവല്ക്കൃതസമൂഹങ്ങളെ മുൻനിർത്തി എല്ലാവിധ സംഘ ടിതപ്രസ്ഥാനങ്ങളെയും നിഷേധിക്കുന്ന സന്നദ്ധസംഘടനാരാഷ്ട്രീയവും ചേർന്ന അരാജകവീക്ഷണങ്ങളാണ് മാവോയിസത്തിന്റെ സൈദ്ധാന്തിക പരിസരം.

അക്കാര്യങ്ങളൊക്കെ ഈ പുസ്തകത്തിൽ പിറകെ വിശകലനവി ധേയമാക്കുന്നുണ്ട്. ഈ അദ്ധ്യായത്തിൽ ആഗോളവല്ക്കരണം ഇന്ത്യൻ കാർഷികമേഖലയിൽ സൃഷ്ടിച്ച മാറ്റങ്ങളെയും തീക്ഷ്ണമാകുന്ന കാർഷിക പ്രതിസന്ധിയെയും ആണ് അവലോകനം ചെയ്യുന്നത്. കാർഷി കവിപ്ലവത്തിന്റെ പേരിൽ മാവോയിസ്റ്റുകൾ നടത്തിക്കൊണ്ടിരിക്കുന്ന ഒറ്റ പ്പെട്ട സാഹസിക സമരങ്ങളെയും അരാജകമായ സായുധ പ്രവർത്തന ങ്ങളെയും അനാവരണം ചെയ്യാൻ ഇന്ത്യൻ കാർഷികമേഖലയെ സംബ ന്ധിച്ച വസ്തുനിഷ്ഠമായ വിശകലനം ആവശ്യമാണ്.

രണ്ടരപതിറ്റാണ്ടിലേറെക്കാലമായി ആഗോളവല്ക്കരണനയങ്ങൾ പിന്തുടരുന്ന ഇന്ത്യൻ ഭരണകൂടം നാടിന്റെ പരമാധികാരം തന്നെ അമേ രിക്കൻ സാമ്രാജ്യത്വ താല്പര്യങ്ങൾക്ക് കീഴ്പ്പെടുത്തിക്കൊണ്ടിരിക്കുക യാണ്. നരസിംഹറാവുവിന്റെ കാലംതൊട്ട് ആരംഭിച്ച പരിഷ്കാരങ്ങൾ രാജ്യത്തിന്റെ കാർഷികവ്യാവസായികമേഖലകളുടെ തകർച്ചയ്ക്കാണ് വഴിതുറന്നത്. കൃഷിയുടെ മേഖലയിൽ പടരുന്ന മരുഭൂമിപോലെയാണ്

ആഗോളവല്ക്കരണത്തിന്റെ തിക്താനുഭവങ്ങൾ പ്രതിഫലിച്ചത്. കടുത്ത മുരടിപ്പും തകർച്ചയും കാർഷികമേഖലയിലാകെ പടരുകയായിരുന്നു. വിദർഭ ഉൾപ്പെടെയുള്ള നാടിന്റെ വിശാലപ്രദേശങ്ങളിൽ ദാരിദ്ര്യവും കർഷക ആത്മഹത്യകളും വ്യാപകമാകുന്നതാണ് ഈ കാലയളവിൽ നാം കണ്ടത്.

2014 നെ അപേക്ഷിച്ച് കർഷക ആത്മഹത്യകൾ 40% വർദ്ധിക്കുക യാണുണ്ടായത്. 2014 ൽ 5650 കർഷക ആത്മഹത്യകളായിരുന്നെങ്കിൽ 2015 ൽ അത് 8000 ൽ അധികമായി. കാർഷികരംഗത്തെ പ്രതിസന്ധി അഗാധമാവുകയാണ്. യഥാർത്ഥ ഗ്രാമീണവേതനം നിഷേധാത്മകമായി രിക്കുന്നു. കറൻസി നിരോധനം കാർഷികപ്രതിസന്ധിയെ കൂടുതൽ തീക്ഷ്ണമാക്കുകയാണ്. കാർഷികമുരടിപ്പിലേക്ക് രാജ്യത്തെ എത്തിക്കു കയുമാണ്. കൃഷിചെയ്യുന്ന മൊത്തം സ്ഥലത്തിന്റെ വിസ്തൃതി കുറ ഞ്ഞുകൊണ്ടിരിക്കുകയാണ്. സബ്സിഡികൾ (വളം, വിത്ത്, വൈദ്യു തി) വെട്ടിക്കുറച്ചതോടെ കർഷകരുടെ ഉല്പാദനച്ചെലവ് നിരന്തരമായി കൂടിക്കൊണ്ടിരിക്കുകയാണ്. അതിനാനുപാതികമായി താങ്ങുവില വർദ്ധി ക്കുന്നുമില്ല. ഇതെല്ലാം തന്നെ കാർഷികത്തകർച്ചയിലേക്കും ഭക്ഷ്യോല്പാദനം കുറയുന്നതിലേക്കുമാണ് രാജ്യത്തെ എത്തിക്കുന്നത്.

സ്വാതന്ത്ര്യം കിട്ടി 70 വർഷമായിട്ടും ഭൂപരിഷ്കരണം നടപ്പിലാക്കാൻ കോൺഗ്രസും ബി ജെ പിയും നേതൃത്വം കൊടുത്ത സർക്കാരുകൾ തയ്യാറായില്ല. കൃഷിഭൂമി കൃഷിപ്പണിചെയ്യുന്നവന് വിതരണം ചെയ്യുന്ന ജനാധിപത്യപരമായ നടപടിയാണ് ഭൂപരിഷ്കരണമെന്നത്. സി പി ഐ (എം)ന്റെ 20-ാം പാർട്ടികോൺഗ്രസ് നവലിബറൽ നയങ്ങൾക്കെതിരായും ഭൂപരിഷ്കരണത്തിനുവേണ്ടിയും സമരം ചെയ്തുകൊണ്ടുമാത്രമേ ഇന്നത്തെ ദുരിതങ്ങളിൽ നിന്ന് രാജ്യത്തെയും ജനങ്ങളെയും രക്ഷിക്കാൻ കഴിയൂ എന്ന് ചൂണ്ടിക്കാട്ടിയിട്ടുണ്ട്. ഇതാണ് നമ്മുടെ ജനാധിപത്യ വിപ്ലവ പരിപാടിയുടെ അന്തസ്സത്തയും. കാർഷികവിപ്ലവം ഉള്ളടക്കമായിട്ടുള്ള ജനാധിപത്യവിപ്ലവത്തിന്റെ അച്ചുതണ്ട് കർഷകരും തൊഴിലാളികളും തമ്മിലുള്ള ഐക്യമാണ്. സായുധ സമരത്തെ ഏകമാത്ര സമരരൂപമാ ക്കിയ മാവോയിസ്റ്റുകൾ കൈയൊഴിയുന്നതും ഇതുതന്നെയാണ്.

ഇന്ത്യൻ ദേശീയ പ്രസ്ഥാനത്തിന് നേതൃത്വം കൊടുത്ത കോൺഗ്രസ് പാർട്ടി 1931 ലെ കറാച്ചി എ ഐ ഐ സി സി സമ്മേളന ത്തിലും 1936 ലെ ഫൈസാപൂർ സമ്മേളനത്തിലും ഭൂപരിഷ്കരണം മുദ്രാ വാക്യമായി അംഗീകരിച്ചതാണ്. കൃഷിഭൂമി കർഷകന് ലഭിക്കണമെങ്കിൽ ഭൂപരിഷ്കരണം സമഗ്രമായി നടപ്പിലാക്കേണ്ടതുണ്ടെന്ന കാഴ്ചപ്പാട് നമ്മുടെ ദേശീയ നേതൃത്വത്തിന് അന്നുണ്ടായിരുന്നു. കുടിയായ്മ പരി ഷ്കരണം, ഭൂപരിധി നിർണ്ണയിച്ചുകൊണ്ടുള്ള നിയമനിർമ്മാണം, ഭൂര ഹിതരും വേണ്ടത്ര ഭൂമി ഇല്ലാത്തവരുമായ ദരിദ്രർക്ക് ഭൂവിതരണം, നാനാ

വിധത്തിലുള്ള സഹകരണ സംരംഭങ്ങളിലൂടെ അവരുടെ സ്വത്ത് വക കൾ ബലപ്പെടുത്തൽ എന്നിവയെല്ലാം ഭൂപരിഷ്കരണത്തിന്റെ ലക്ഷ്യ ങ്ങളായി നാം കണ്ടിരുന്നു. എന്നാൽ സ്വാതന്ത്ര്യാനന്തരം ഈയൊരു ജനാധിപത്യപരമായ കടമ നിർവഹിക്കാൻ കോൺഗ്രസ് ഗവൺമെന്റു കൾ തയ്യാറായില്ല. കോൺഗ്രസിന്റെ സാമൂഹ്യ അടിത്തറ ജന്മി ഭൂപ്രഭു വർഗ്ഗത്തിന്റേത് കൂടിയായിരുന്നു.

സ്വാതന്ത്ര്യത്തിനുശേഷം ജമീന്ദാരി സമ്പ്രദായം നിയമപരമായി അവസാനിച്ചെങ്കിലും ഭൂഉടമസ്ഥതയ്ക്ക് മാറ്റമുണ്ടായില്ല. അതുകൊണ്ടു തന്നെ തങ്ങളുടെ ഉടമസ്ഥതയിലുള്ള ഭൂപ്രദേശങ്ങൾ കൈവശംവെക്കാൻ പഴയജന്മിമാരായ ഭൂപ്രഭുക്കന്മാർക്ക് തുടർന്നും കഴിഞ്ഞു. ഭൂസ്വത്തിന് പരിധി നിർണ്ണയിച്ചുകൊണ്ട് പല സംസ്ഥാനങ്ങളും നിയമം ഉണ്ടാക്കി യെങ്കിലും നിയമത്തിന്റെ പഴുതുകൾ ഉപയോഗിച്ചും വ്യാജകൈമാറ്റങ്ങ ളിലൂടെയും ഭൂസ്വാമിമാർ ഭൂസ്വത്തിനുമേലുള്ള ആധിപത്യം തുടർന്നു.

കേരളം ഒഴിച്ചുള്ള ഇന്ത്യൻ സംസ്ഥാനങ്ങളിൽ ഭൂപരിഷ്കരണം അതിന്റെ ഭാഗമായിട്ടുള്ള ഭൂസ്വത്തിന്റെ വികേന്ദ്രീകരണവും ഫലപ്രദ മായി നടന്നില്ല. പല സംസ്ഥാനങ്ങളിലും കുടിയാൻ സംരക്ഷണനിയമം ഉണ്ടാക്കിയെങ്കിലും കുടിയായ്മ റെക്കോർഡുകൾ ഇല്ലാത്തതിനാൽ ഭൂരി പക്ഷം കുടിയാന്മാർക്കും ഭൂമി ലഭിച്ചില്ല. ഈ സംസ്ഥാനങ്ങളിൽ അതു കൊണ്ടുതന്നെ വ്യാപകമായി കുടിയിറക്കലും നടന്നു. ബീഹാർ ഇതിന് നല്ലൊരു ഉദാഹരണമാണ്. ഭൂവുടമകളുടെ സമ്മർദ്ദത്തിനുവഴങ്ങി അവിടെ കൈവശരേഖകൾ ഉണ്ടാക്കാനുള്ള നിയമനിർമ്മാണം തന്നെ വേണ്ടെ ന്നുവെച്ചു. ഇതിന്റെ ഫലമായി രാജ്യമാകെ വലിയൊരു വിഭാഗം കുടി യാന്മാർക്ക് പരമ്പരാഗത അവകാശങ്ങൾ നഷ്ടമാകുകയും വെറും പങ്കു വാരക്കാരായി കഴിയേണ്ടിവരികയും ചെയ്തു. അത്തരം കാര്യങ്ങളുടെ വിശദാംശങ്ങളിലേക്ക് ഇവിടെ പോകുന്നില്ല. ഇക്കാര്യങ്ങൾ സൂചിപ്പിച്ചത് സ്വാതന്ത്ര്യാനന്തര ഇന്ത്യൻ സർക്കാരിന്റെ കാർഷിക വികസന തന്ത്രത്തിൽ കൃഷിക്കാരന് ഭൂമി നല്കാനുള്ള ശ്രമങ്ങളോ നടപടികളോ ഉണ്ടായില്ലെന്ന് സൂചിപ്പിക്കാനാണ്. ഒന്നാം യു പി എ സർക്കാരിന് ഇട തുപക്ഷം നല്കിയ പിന്തുണയ്ക്ക് അടിസ്ഥാനമായ ഉപാധികളിൽ ഭൂപ രിഷ്കരണം നടപ്പിലാക്കണമെന്ന് വ്യവസ്ഥചെയ്തിരുന്നു. എന്നാൽ യു പി എ സർക്കാർ തങ്ങളുടെ വർഗ്ഗപരമായ നിലപാടുമൂലം അതിന് തയ്യാ റായില്ല.

ആധുനിക കാർഷിക സമ്പ്രദായങ്ങൾ ഉപയോഗിച്ച് ഭൂവുടമ കളെക്കൊണ്ട് കൃഷിചെയ്യിപ്പിക്കുകയാണ് ഹരിതവിപ്ലവം ഉൾപ്പെടെയുള്ള പദ്ധതികളിലൂടെ ഇന്ത്യൻ ഭരണകൂടം ചെയ്തത്. കൃഷിയെ ആശ്രയിച്ച് ജിവിക്കുന്നവരാണ് ഇന്ത്യയിലെ 60% ലേറെ വരുന്ന ജനങ്ങൾ. അതു കൊണ്ടാണ് പാർട്ടി മുന്നോട്ടുവെക്കുന്ന ജനകീയ ജനാധിപത്യവിപ്ലവ

ത്തിന്റെ മുഖ്യ ഉള്ളടക്കം കാർഷിക വിപ്ലവമായിരിക്കുന്നത്. ഭൂവി സ്തൃതിയിൽ ലോകത്തിൽ 7-ാം സ്ഥാനത്താണ് ഇന്ത്യ. 31.9 കോടി ഹെക്ടറാണ് ഇന്ത്യയുടെ ഭൂവിസ്തൃതി. ഇതിൽ കൃഷിക്ക് ഉപയുക്ത മായ ഭൂമി 16.6 കോടി ഹെക്ടറോളം വരും. സ്വാതന്ത്ര്യത്തിന്റെ ആദ്യ നാളുകളിൽ കൃഷിയിൽനിന്നുള്ള ദേശീയവരുമാനം രാജ്യത്തിന്റെ ജി ഡി പിയുടെ 55% ഓളം ആയിരുന്നു. ഇപ്പോൾ അത് 15% ൽ താഴെ യാണ്. എന്നുപറഞ്ഞാൽ രാജ്യത്തെ 60% ഓളം വരുന്ന കർഷകരും കർഷകത്തൊഴിലാളികളുമായ ജനത ജി ഡി പിയുടെ 15% കൊണ്ടാണ് ജീവിക്കേണ്ടിവരുന്നത്. ഇവിടെ ശ്രദ്ധേയമായ ഒരു വസ്തുത രാജ്യത്തെ വിരലിലെണ്ണാവുന്ന കോർപ്പറേറ്റുകളുടെ ജി ഡി പി വിഹിതം 20% ലേ റെയാണെന്നതാണ്.

കൊളോണിയൽകാലത്ത് ബംഗാൾക്ഷാമത്തിൽ മാത്രം ദശലക്ഷ ങ്ങളാണ് ചത്തൊടുങ്ങിയത്. ക്ഷാമവും പട്ടിണിയുംകൊണ്ട് വേട്ടയാട പ്പെട്ട ഇന്ത്യൻ ജനത സ്വാതന്ത്ര്യാനന്തരം ഭക്ഷ്യസുരക്ഷ ലക്ഷ്യം വെ ക്കുന്ന കൃഷിക്കുവേണ്ടിയാണ് മുറവിളി കൂട്ടിയത്. 1950 കളിൽ നമ്മുടെ ആസൂത്രണം ആരംഭിച്ചപ്പോൾ കൃഷി ഭക്ഷ്യസ്വയംപര്യാപ്തതയ്ക്കാ ണെന്ന ലക്ഷ്യം പ്രഖ്യാപിക്കപ്പെട്ടു. ഇതിനായി കാർഷികോല്പന്നങ്ങളുടെ വ്യാപാരത്തിലുള്ള നിയന്ത്രണം, ഉടമസ്ഥന് കൃഷിഭൂമി ഉപയോഗിക്കു ന്നതിനുള്ള നിയന്ത്രണങ്ങൾ, വായ്പ, സബ്സിഡി തുടങ്ങിയ സമ്പ്രദാ യങ്ങൾ, ഭക്ഷ്യസംഭരണം, പൊതുവിതരണസമ്പ്രദായം തുടങ്ങിയവ മുന്നോട്ടുവെക്കപ്പെട്ടു. പി എൽ 480 പ്രകാരം അമേരിക്കയിൽനിന്നും വരുന്ന ഭക്ഷ്യധാന്യകപ്പലുകളെ കാത്തിരിക്കുന്നതിനുപകരം ഭക്ഷ്യസു രക്ഷ നേടിയെടുക്കാനുള്ള തീവ്രശ്രമങ്ങളാണ് നടത്തിയത്. മൂന്നാം പദ്ധ തിയോടെ ആരംഭിച്ച ഹരിതവിപ്ലവം അത്യാധുനികശേഷിയുള്ള വിത്തി നങ്ങളും രാസവളങ്ങളും ഒക്കെ ഉപയോഗിച്ച് കാർഷിക ഉല്പാദനക്ഷമത വർദ്ധിപ്പിച്ചു. ഫലത്തിൽ ഇത് സമൂഹത്തിന്റെ ചെലവിൽ വൻകിടക്കാർക്ക് സാമ്പത്തിക നേട്ടങ്ങൾ കൊയ്തെടുക്കാൻ അവസരമൊരുക്കുകയാണ് ചെയ്തത്. ദരിദ്രരെ സഹായിക്കാനുള്ള നടപടികളുടെ അഭാവത്തിൽ ഹരിതവിപ്ലവം രാജ്യത്തിനകത്തും പുറത്തുമുള്ള അഗ്രിബിസിനസ് വ്യാ പാരകുത്തകകളെ മാത്രമാണ് സഹായിച്ചത്. ഇതിന്റെ പരിണതഫല മായി പഞ്ചാബ് പോലുള്ള പ്രദേശങ്ങളിൽ കാർഷികമേഖലയിലെ പ്രതി സന്ധി മതാന്ധമായ വിഘടനവാദശക്തികൾക്ക് വളരാനുള്ള സാഹച ര്യമൊരുക്കി.

ഒന്നാം പഞ്ചവത്സരപദ്ധതിമുതൽ ആരംഭിച്ച ഭക്ഷ്യസുരക്ഷയ്ക്കും സ്വയംപര്യാപ്തതയ്ക്കും വേണ്ടിയുള്ള നടപടികളെല്ലാം ഉപേക്ഷിച്ച് 1991 ഓടെ പുത്തൻ സാമ്പത്തിക നയങ്ങളിലൂടെ കാർഷികമേഖലയെ ആഗോ ളഅഗ്രിബിസിനസ് കമ്പനികളുടെ താല്പര്യങ്ങൾക്ക് എറിഞ്ഞുകൊടു ക്കുകയായിരുന്നു. യു പി എ സർക്കാരിനുകീഴിൽ കാർഷികമേഖല

കോർപ്പറേറ്റവല്ക്കരിക്കപ്പെടുകയും കൃഷിയെ ആശ്രയിച്ച് ജീവിക്കുന്ന ജനവിഭാഗങ്ങൾ പാപ്പരാകുകയും ചെയ്തു. വൻകിട അഗ്രിബിസിനസ് കമ്പനികൾക്ക് കൃഷിയെ തീറെഴുതുകയും ഭക്ഷ്യ ഉല്പാദനത്തെ കോർപ്പറേറ്റുകളുടെ ലാഭതാല്പര്യങ്ങൾക്ക് എറിഞ്ഞുകൊടുക്കുകയു മാണ് ചെയ്തത്. ആദിവാസി മേഖലകളിലുൾപ്പെടെ കമ്പനി കൃഷിയും പാട്ടകൃഷിയും വ്യാപകമായി. ആദിവാസി സമൂഹങ്ങൾ പരമ്പരാഗത കാർഷികവ്യവസ്ഥയിൽനിന്നും പുറന്തള്ളപ്പെടുകയും ചെയ്തു. പ്രധാന നെല്കൃഷി മേഖലയായ ഛത്തീസ്ഗഡിൽ പരമ്പരാഗത ആദിവാസി കർഷകസമൂഹത്തിൽ നിന്ന് നെല്പ്പാടങ്ങൾ അമേരിക്കൻ സോയാബിൻ അസോസിയേഷൻപോലുള്ള അഗ്രിബിസിനസ് കമ്പനികൾക്ക് കൈമാറ്റം ചെയ്യപ്പെട്ടു. ഖനനമേഖലകളിൽനിന്നും കൃഷിഭൂമിയിൽനിന്നും പുറന്ത ള്ളപ്പെട്ട ആദിവാസികളെ റിക്രൂട്ട് ചെയ്താണ് മാവോയിസ്റ്റ് സേനാദള ങ്ങൾ ഈ മേഖലയിൽ ശക്തിപ്പെട്ടത്. ആദിവാസികളുടെയും തൊഴിലാ ളികളുടെയും ജനകീയമായ പ്രതിരോധങ്ങളുടെ ദൗർബല്യങ്ങളെ മുത ലെടുത്ത് മാവോയിസ്റ്റുകൾ ഈ മേഖലയിൽ പിടിമുറുക്കുകയായിരുന്നു. അതിനവർക്ക് കോർപ്പറേറ്റുകളുടെ എല്ലാവിധ സഹായവും ലഭിക്കുകയും ചെയ്തുവെന്നതാണ് വിചിത്രമായ വസ്തുത.

ഡബ്ല്യു ടി ഒ കരാറും ആസിയൻ കരാറുൾപ്പെടെയുള്ള സ്വതന്ത്ര വ്യാപാര ഉടമ്പടികളും അതിന്റെ ഫലമായ ഇറക്കുമതി നയങ്ങളുമാണ് കാർഷികമേഖലയെ പാപ്പരീകരിച്ചത്. ഐ എം എഫിന്റെയും ലോക ബാങ്കിന്റെയും ലോകവ്യാപാരസംഘടനയുടെയും നിർദ്ദേശങ്ങളും പരി ഷ്കാരങ്ങളും കാർഷികമേഖലയെ വരിഞ്ഞുമുറുക്കി. വളം, ജലസേച നം എന്നിവയ്ക്കുള്ള സബ്സിഡിയും മുൻഗണനാമേഖലയെന്നനിലയ് ക്കുള്ള വായ്പാസഹായങ്ങളും പരിമിതപ്പെടുത്തുകയും ഇല്ലാതാക്കു കയും ചെയ്തു.

ആഭ്യന്തരവിലകളെ ലോകവിലകൾക്ക് സമാനമാക്കുന്നതിന്റെ ഭാഗ മായി കാർഷിക ഉല്പന്നങ്ങളുടെ വ്യാപാരനിയന്ത്രണങ്ങൾ എടുത്തുക ളഞ്ഞു. ഭക്ഷ്യധാന്യങ്ങൾക്കും കാർഷികചരക്കുകൾക്കുമുള്ള എല്ലാനിയ ന്ത്രണങ്ങളും എടുത്തുകളഞ്ഞു. എന്തുല്പാദിപ്പിക്കണം, എവിടെ വില്ക്കണം എന്നീകാര്യങ്ങളിലെ നിയന്ത്രണങ്ങൾ എടുത്തുകളഞ്ഞു. പൊതുവിതരണം പരിമിതപ്പെടുത്തുകയും ഭക്ഷ്യസബ്സിഡി കുത്തനെ വെട്ടിക്കുറയ്ക്കുകയും ചെയ്തു. അഗ്രിബിസിനസ് കുത്തകകളുടെ വ്യാപ നതാല്പര്യങ്ങൾക്കായി ഭൂപരിഷ്കരണനിയമം കൊണ്ടുവന്ന ഭൂപരിധി നിയമം എടുത്തുകളയാൻ നടപടികളുണ്ടായി. വിത്തുനയത്തിലും പേറ്റന്റ് നിയമത്തിലും ഇറക്കുമതി നയത്തിലും വരുത്തിയ മാറ്റങ്ങളും രാസവളവിലവർദ്ധനയും കാർഷികമേഖലയിൽ വലിയ പ്രതിസന്ധികൾ സൃഷ്ടിച്ചു. കഴിഞ്ഞ ഒന്നര ദശകക്കാലത്തിനിടയിൽ മാത്രം മൂന്ന് ലക്ഷ

ത്തിലേറെ കൃഷിക്കാർ ആത്മഹത്യചെയ്തു. ഇതിന് കാരണം വില കൂടിയ രാസവളത്തിനും വിത്തിനും വേണ്ടി കർഷകർ ആഗോള വിപ ണിയിലേക്ക് വലിച്ചെറിയപ്പെട്ടതാണ്. കടക്കെണിക്കും കർഷകരുടെ ദുരി തങ്ങൾക്കും കാരണം ഈ നയങ്ങളാണ്.

ഭക്ഷ്യ ഉല്പന്നങ്ങൾക്കുപകരം കയറ്റുമതി മുന്നിൽ കണ്ട് നാണ്യ വിളകൾ കൃഷിചെയ്യാൻ തുടങ്ങിയപ്പോൾ നാടിന്റെ ഭക്ഷ്യസുരക്ഷയും വിത്തിൻമേലുള്ള കർഷകന്റെ അവകാശവുമാണ് നഷ്ടപ്പെട്ടത്. സങ്കര യിനം വിത്തുകളും ജനിതക മാറ്റം വരുത്തിയ വിത്തുകളും ഓരോ വിളയ്ക്കും വിലകൊടുത്ത് വാങ്ങേണ്ടിവരുന്ന അവസ്ഥയും അതിനുള്ള കൂടിയ രാസവള, കീടനാശിനി ചെലവുമാണ് വിദർഭയിലെയും ഭട്ടിൻഡ യിലെയും വാറങ്കലിലെയും ബലാംഗീറിലെയും കോരാപുട്ടിലെയും കൃഷി ക്കാരന്റെ ദുരിതങ്ങൾക്കും ആത്മഹത്യാമരണങ്ങൾക്കും കാരണമായത്. പുതിയ വിത്തുകളും കൃഷിരീതിയും കോർപ്പറേറ്റുകളുടെ കീഴിൽ അമിത രാസവള, കീടനാശിനി പ്രയോഗത്തിനാണ് വഴിവെച്ചത്. ഇത് ലോക ത്തിലെ കുപ്രസിദ്ധങ്ങളായ മൊൺസാന്റോ പോലുള്ള രാസവള, കീട നാശിനി നിർമ്മാണരംഗത്തെ ബഹുരാഷ്ട്രകുത്തകകളുടെ കൊള്ളയ് ക്കാണ് അവസരം ഒരുക്കിയത്. ജനങ്ങൾക്ക് വിഷഭക്ഷണവും ക്യാൻസർ പോലുള്ള മഹാവ്യാധികളുമാണ് അഗ്രിബിസിനസ് മൂലധന താല്പര്യ ങ്ങളിലധിഷ്ഠിതമായ കാർഷികനയം സമ്മാനിച്ചത്. ഈ നയങ്ങൾക്കെ തിരായിട്ടുള്ള പ്രതിരോധം എന്നനിലയിൽക്കൂടിയാണ് വിഷരഹിത സംയോജിത ഭക്ഷ്യകൃഷിയുടെ പ്രസക്തി ഇടതുപക്ഷ പ്രസ്ഥാനങ്ങൾ തിരിച്ചറിയുന്നതും തങ്ങൾക്ക് സ്വാധീനമുള്ള പ്രദേശങ്ങളിൽ ജനപങ്കാ ളിത്തത്തോടെ ഇന്ന് പ്രയോഗത്തിൽകൊണ്ടുവരുന്നതും.

കാർഷിക ഉല്പന്നങ്ങളുടെ വിലത്തകർച്ചയും ഉദാരവല്ക്കരണ ഇറ ക്കുമതിനയങ്ങളുമാണ് രാജ്യം നേരിടുന്ന കാർഷികതകർച്ചയ്ക്കും കർഷക ആത്മഹത്യക്കും കാരണമായിരിക്കുന്നത്. 1993 ൽ നരസിംഹ റാവു സർക്കാർ നിയോഗിച്ച വാധിലാൽ കമ്മിറ്റി (സബ്സിഡി നയം തീരുമാനിക്കാനുള്ള) റിപ്പോർട്ട് അനുസരിച്ച് ഭക്ഷ്യം, വളം, പാചകവാ തകം തുടങ്ങിയവയുടെ സബ്സിഡികൾ വെട്ടിക്കുറച്ച് ഇല്ലാതാക്കുന്ന നടപടികളാണ് നരേന്ദ്രമോദിവരെയുള്ള സർക്കാർ സ്വീകരിച്ചിരിക്കുന്ന ത്. യു പി എ സർക്കാരിന്റെ കാലത്ത് ഇതിനായി ആധാർബന്ധിത ബാങ്ക് സബ്സിഡി സമ്പ്രദായം ആവിഷ്കരിച്ചു. ആധാർകാർഡ് തയ്യാറാക്കു ന്നതിനുള്ള സമിതിയുടെ അദ്ധ്യക്ഷൻ കോർപ്പറേറ്റ് മേധാവി നന്ദൻനീലേ ക്കനിയായിരുന്നു. രാജ്യത്തിന്റെ വളർച്ചാനിരക്കിനെ കുറിച്ച് വലിയ വാച കമടികളാണ് യു പി എ സർക്കാരിനെ പോലെ മോദിസർക്കാരും നട ത്തിക്കൊണ്ടിരിക്കുന്നത്. സാമ്പത്തിക വളർച്ചാനിരക്ക് രണ്ടക്കത്തിലേക്ക് കുതിക്കുമെന്നാണ് രണ്ടാം യു പി എ സർക്കാർ അതിന്റെ അധികാരാ

രോഹണത്തിന്റെ നാളുകളിൽ അവകാശപ്പെട്ടത്. സാമ്പത്തിക വളർച്ചാ നിരക്കിനെക്കുറിച്ച് വാചകമടിക്കുന്ന നിയോലിബറൽ പണ്ഡിതന്മാർ വിസ്മരിച്ചുകളയുന്ന കാര്യം ഇന്ത്യപോലെയുള്ള രാജ്യത്തിന്റെ സാമ്പ ത്തിക പ്രവർത്തനത്തിന്റെ എഞ്ചിൻ ഫലപ്രദമായി പ്രവർത്തിക്കണ മെങ്കിൽ കാർഷിക വളർച്ചാനിരക്ക് കുറഞ്ഞത് 4% എങ്കിലും വേണമെന്ന കാര്യമാണ്. 2010 നുശേഷം കാർഷികവളർച്ചാനിരക്ക് യഥാക്രമം 5.92%, 3.76%, 4.9%, 0.2% എന്നനിലയിൽ താഴോട്ടുപോകുകയാണ് ചെയ്തത്. കാർഷികവളർച്ചാനിരക്കിന്റെ ഇടിവ് രാജ്യത്തെ മഹാഭൂരിപക്ഷത്തിന്റെ ജീവനോപാധിയുടെ നഷ്ടപ്പെടലിനെയാണ് സൂചിപ്പിക്കുന്നത്.

മൻമോഹൻസിങ് ചെയ്തതുപോലെ ഇപ്പോൾ നരേന്ദ്രമോദിയും ആഗോളരംഗത്തെ ഇന്ത്യയുടെ വളർച്ചയെക്കുറിച്ച് കപടപ്രചരണങ്ങൾ നടത്തുകയാണ്. ബി ജെ പിയുടെ നേതൃത്വത്തിലുള്ള ഗവൺമെന്റ് ഹൈന്ദവാധിഷ്ഠിതമായ സങ്കുചിതദേശീയബോധത്തെ ഉത്തേജിപ്പിച്ചെ ടുക്കാൻ വളർച്ചയെ സംബന്ധിച്ച കള്ളക്കണക്കുകളും വ്യാജപ്രചരണ ങ്ങളും നടത്തിക്കൊണ്ടിരിക്കുന്നു. ഇവരെല്ലാം മറന്നുപോകുന്നത് ഭൂരി പക്ഷ ജനതയുടെ ജീവനോപാധിയായ കാർഷികമേഖലയുടെ തകർച്ച രാജ്യത്തിന്റെ തന്നെ പതനമാണെന്ന യാഥാർത്ഥ്യമാണ്. ഐ എം എഫും ലോകബാങ്കും 2010 നുശേഷം അപരിഹാര്യമായി തുടരുന്ന സാമ്പ ത്തികപ്രതിസന്ധി ദരിദ്രരാജ്യങ്ങളുടെ രാഷ്ട്രീയ സ്ഥിരതയെത്തന്നെ ബാധിക്കുമെന്ന് ആശങ്കപ്പെടുന്നുണ്ട്. ഭക്ഷ്യകലാപങ്ങൾ ദരിദ്രരാജ്യങ്ങ ളിൽ പൊട്ടിപ്പുറപ്പെടാനുള്ള സാദ്ധ്യതകളെക്കുറിച്ച് ഐ എം എഫ് മേധാവി ക്രിസ്റ്റീനലെഗുവാദ് മുന്നറിയിപ്പ് നല്കുന്നുണ്ട്. ഐക്യരാഷ്ട്ര സഭയുടെ ഭാഗമായി പ്രവർത്തിക്കുന്ന ഫുഡ് ആന്റ് അഗ്രിക്കൾച്ചറൽ ഓർഗനൈസേഷൻ ഇന്ത്യൻ ദാരിദ്ര്യത്തെക്കുറിച്ച് ആശങ്കകൾ പ്രകടി പ്പിച്ചിട്ടുണ്ട്. ഇന്ത്യയിൽ പട്ടിണിയും പോഷകാഹാരക്കുറവും കൂടിക്കൊ ണ്ടിരിക്കുന്നത് വിപണിയിൽ ഭക്ഷ്യപദാർത്ഥങ്ങൾ ഇല്ലാത്തതുകൊണ്ട ല്ല. അത് വാങ്ങിക്കഴിക്കാൻ ഭൂരിപക്ഷം ജനങ്ങൾക്കും പണമില്ലാത്തതു കൊണ്ടാണ്.

ഈയൊരു യാഥാർത്ഥ്യത്തെ മറച്ചുപിടിച്ചുകൊണ്ടാണ് നരേന്ദ്രമോദി സർക്കാർ ഇപ്പോൾ ജൻധൻയോജന പോലുള്ള ദാരിദ്ര്യ നിർമ്മാർജ്ജന പരിപാടികൾ കൊട്ടിഘോഷിച്ച് പ്രഖ്യാപിച്ചിരിക്കുന്നത്. ഇന്ത്യക്കാരന് പണം കിട്ടാൻ തൊഴിലുവേണം. തൊഴിലും കൂലിയുമില്ലാത്ത അവസ്ഥ യിലാണ് ഇന്ത്യയിലെ ഭൂരിപക്ഷം ജനങ്ങളും. കാർഷിക-പരമ്പരാഗത- കുടിൽവ്യവസായങ്ങളുടെ തകർച്ചയാണ് ആഗോളവല്ക്കരണനയ ങ്ങൾമൂലം ഉണ്ടായിരിക്കുന്നത്. നാട്ടിൻപുറങ്ങളിലെ പാവപ്പെട്ട ജന ങ്ങൾക്ക് വർഷത്തിൽ നൂറ് ദിവസമെങ്കിലും തൊഴിൽ ഉറപ്പ് നല്കാനാണ് ഇടതുപക്ഷത്തിന്റെ നിർബ്ബന്ധംമൂലം ഒന്നാം യു പി എ സർക്കാർ ദേശീയ തൊഴിലുറപ്പ് പദ്ധതി ആവിഷ്കരിച്ചത്. അതിനെ പരിമിതപ്പെ

ടുത്താനും ഇല്ലാതാക്കാനുമുള്ള നീക്കങ്ങളാണ് മോഡിസർക്കാർ ആരം ഭിച്ചിരിക്കുന്നത്. പോഷകാഹാരക്കുറവും തൊഴിലില്ലായ്മയും ഇന്ത്യൻ ഗ്രാമങ്ങളെയും നഗരങ്ങളെയും ഒരുപോലെ വേട്ടയാടുകയാണ്. ഡോ. അർജുൻസെൻഗുപ്തകമ്മിറ്റി പ്രതിദിനം 20 രൂപയിൽ താഴെ വരുമാന മുള്ളവരാണ് ഇന്ത്യയിലെ ജനസംഖ്യയിൽ 77% പേരുമെന്നാണ് റിപ്പോർട്ട് നല്കിയത്.

ഏറ്റവും പുതിയ കണക്കനുസരിച്ച് 795 മില്യൺ ജനങ്ങളാണ് ലോക മാകെ പട്ടിണിക്കാരായുള്ളത്. ഇതിൽ 194.6 മില്യൺ ജനങ്ങൾ ഇന്ത്യ ക്കാരാണെന്നത് നടുക്കുന്ന യാഥാർത്ഥ്യമാണ്. അതീവ ഗൗരവസ്വഭാവ മുള്ള പട്ടിണിക്കാരുള്ള രാജ്യങ്ങളുടെ പട്ടിക (United Nations Annual Hunger Report) പ്രസിദ്ധീകരിച്ചപ്പോൾ ഇന്ത്യ 25-ാം സ്ഥാനത്താണ്. ശ്രീലങ്കയും ബംഗ്ലാദേശും ഇന്ത്യയേക്കാൾ മെച്ചപ്പെട്ട അവസ്ഥയിലാ ണെന്ന് രേഖകൾ വ്യക്തമാക്കുന്നു.

ഫുഡ് & അഗ്രികൾച്ചർ ഓർഗനൈസേഷന്റെ റിപ്പോർട്ട് അനുസ രിച്ച് കഴിഞ്ഞ 25 വർഷംകൊണ്ട് 16 മില്യൺ ജനങ്ങളുടെ പട്ടിണി കുറ യ്ക്കാനാണ് ഇന്ത്യക്ക് കഴിഞ്ഞത്. എന്നാൽ ഇതേ കാലയളവിൽ 156 മില്യൺ ജനങ്ങളുടെ പട്ടിണി മാറ്റാൻ ചൈനക്ക് കഴിഞ്ഞു.

ഇന്റർനാഷണൽ ഫുഡ് പോളിസി റിസർച്ച് ഇൻസ്റ്റിറ്റ്യൂട്ടിന്റെ റിപ്പോർട്ട് അനുസരിച്ച് ഇന്ത്യൻ ജനതയുടെ 15 ശതമാനത്തിന്, അതാ യത് 180 മില്യൺ ജനങ്ങൾക്ക് ആവശ്യമായ കലോറി അവരുടെ ദൈനം ദിന ഭക്ഷണത്തിൽനിന്നും ലഭിക്കുന്നില്ല. പോഷകാഹാരക്കുറവ് രോഗാ വസ്ഥയിലേക്കും, രോഗാവസ്ഥ പോഷകാംശം സ്വാംശീകരിക്കുന്നതിന് ശരീരത്തെ തടയുമെന്ന ഗുരുതരമായ സ്ഥിതി സൃഷ്ടിക്കപ്പെടുന്നുണ്ട് എന്നും റിപ്പോർട്ട് വിശദീകരിക്കുന്നു. ഇന്ത്യൻ ജനതയുടെ പകുതി പേർക്ക് പോലും ടോയിലറ്റ് സൗകര്യമില്ലായെന്നും ഈ റിപ്പോർട്ട് വ്യ ക്തമാക്കുന്നു.

ലോകബാങ്ക് കണക്കനുസരിച്ച് ലോകത്ത് ഏറ്റവും അധികം പോഷ കാഹാരക്കുറവ് അനുഭവിക്കുന്ന കുട്ടികൾ ഇന്ത്യയിലാണ്. സബ്സഹാ റൻ ആഫ്രിക്കയിലുള്ളതിനേക്കാൾ ഇരട്ടി വരും ആവശ്യത്തിന് ഭാരമി ല്ലാത്ത ഇന്ത്യയിലെ കുട്ടികളുടെ എണ്ണം. സാമൂഹിക സുരക്ഷാ മേഖല കളെ മോദി സർക്കാർ കൈയൊഴിയുകയാണ്. എൻ ഡി എ സർക്കാർ ഒക്ടോബറിൽ 4,000 അംഗൻവാടികൾ വേദാന്ത് ഗ്രൂപ്പിന് കൈമാറിക്കഴി ഞ്ഞു.

2012-13 ലും 2013-14 ലും ജി ഡി പിയുടെ വാർഷിക വളർച്ചാനിരക്ക് 5 ശതമാനത്തിലും താഴെയായിരുന്നു. 2014-15 വർഷത്തിൽ നാമമാത്ര വർദ്ധനവ് (504%) മാത്രമേയുള്ളൂ. സാമ്പത്തിക വളർച്ചയിലുണ്ടായ മെല്ലെപ്പോക്ക് ഗുരുതരമായി ബാധിച്ചത് വ്യവസായ മേഖലയെയാണ്.

നിർമ്മാണ രംഗത്തെയും കാർഷിക മേഖലയിലെയും വളർച്ച കുത്തനെ താഴോട്ട് പതിച്ചു. 2016-17 ലെ ബജറ്റിന്റെ മുന്നോടിയായി അവതരിപ്പിച്ച സാമ്പത്തിക സർവ്വേ 7.1% വളർച്ചാനിരക്കാണ് അവകാശപ്പെടുന്നത്. ഫിനാൻഷ്യൽ ടൈംസ് ഉൾപ്പെടെയുള്ള പ്രസിദ്ധീകരണങ്ങൾ ഇത് പെരു പ്പിച്ച കണക്കാണെന്ന് ചൂണ്ടിക്കാട്ടിയിട്ടുള്ളതാണ്. അവരുടെ കണക്ക നുസരിച്ച് 4.3% ആണ് ജി ഡി പി നിരക്. കറൻസി നിരോധനം ജിഡി പി വളർച്ചയിൽ വലിയ ഇടിവ് ഉണ്ടാക്കിയിരിക്കുകയാണ്.

ജനങ്ങളോടും രാജ്യത്തോടും ഉത്തരവാദിത്വമില്ലാത്ത നിയോലി ബറൽ ഭരണകർത്താക്കൾ പട്ടിണിപ്പാവങ്ങളെ വിപണിയുടെ നിർദ്ദയ നീതിക്ക് എറിഞ്ഞുകൊടുത്ത് രസിക്കുകയാണ്. ഗോഡൗണുകളിൽ ഗോതമ്പും അരിയും കെട്ടിക്കിടക്കുമ്പോഴാണ് പാവങ്ങൾ പട്ടിണികിടന്ന് മരിക്കുന്നത്. ഇന്ത്യൻ ദാരിദ്ര്യത്തിന്റെ ഈ വിരോധാഭാസം അന്തർദ്ദേ ശീയ മാധ്യമങ്ങൾ റിപ്പോർട്ട് ചെയ്തത് മൻമോഹൻസിങ്ങും ഇപ്പോൾ മോഡിയും ഇന്ത്യയെ ലോകശക്തിയാക്കാനുള്ള ബദ്ധപ്പാടിനിടയിൽ ശ്രദ്ധിച്ചിട്ടുണ്ടാവില്ല. വർത്തമാന ഇന്ത്യൻ ഭരണകർത്താക്കളുടെ ഹൃദ യശൂന്യവും കോർപ്പറേറ്റ് പക്ഷപാതിത്വപരവുമായ നിലപാടുകളാണ് ഇത്തരം റിപ്പോർട്ടുകളിലൂടെ ലോകം അറിയുന്നത്.

ന്യൂയോർക്ക് ടൈംസ് ഇന്ത്യൻ ദാരിദ്ര്യത്തെക്കുറിച്ച് എഴുതിയ റിപ്പോർട്ടിന് കൊടുത്ത തലക്കെട്ട് ഇങ്ങനെയായിരുന്നു; ഇന്ത്യയിൽ ദരി ദ്രർ പട്ടിണികിടക്കുന്നു; അധികഗോതമ്പ് ചീഞ്ഞഴുകുന്നു. വാൾസ്ട്രീറ്റ് ജേർണൽ കൊടുത്ത തലക്കെട്ട് ഇങ്ങനെയായിരുന്നു; സമൃദ്ധിക്കിട യിലെ ദാരിദ്ര്യം ഒരു ഇന്ത്യൻ വിരോധാഭാസം; വൻവിളവെടുപ്പും ഉയ രുന്ന പട്ടിണിയും. ഭക്ഷ്യധാന്യങ്ങൾ കുമിഞ്ഞുകൂടി ലക്ഷക്കണക്കിന് ടൺ നശിച്ചുപോകുമ്പോൾ അത് പാവങ്ങൾക്ക് വിതരണം ചെയ്തുകൂടേ എന്ന് നമ്മുടെ സുപ്രീംകോടതി കേന്ദ്രസർക്കാരിനോട് ചോദിക്കുകയു ണ്ടായി. അതിന് കേന്ദ്രസർക്കാർ നല്കിയ മറുപടി ഭക്ഷ്യധാന്യങ്ങൾ ഗോഡൗണിൽ ചീഞ്ഞഴുകി നശിച്ചുപോകുന്നുണ്ടെങ്കിലും അത് പാവ ങ്ങൾക്ക് നൽകാൻ തങ്ങൾ പിന്തുടരുന്ന നയം അനുവദിക്കുന്നി ല്ലെന്നാണ്! ഈ നയം ആഗോളഫൈനാൻസ് മൂലധനത്തിന് പാദസേവ ചെയ്യുന്ന പാവങ്ങൾക്കും ജനങ്ങൾക്കുമെതിരായ നയമാണെന്നകാര്യം വിശദീകരിക്കേണ്ടതില്ലല്ലോ. പാവങ്ങൾക്ക് മരണം സമ്മാനിക്കുന്ന സോ ഷ്യൽ ഡാർവിനിസത്തിന്റെതായ നിയോലിബറൽ നയങ്ങളാണ് മൻമോ ഹൻസിങ്ങും മോഡിയും ഒരേപോലെ പിന്തുടരുന്നത്.

1990 കൾക്കുശേഷം ആരംഭിച്ച നിയോലിബറൽ നയങ്ങൾ കൃഷി ഭൂമിയിൽ നിന്ന് കർഷകരെയും ഗോത്രജനതയെയും ആട്ടിപ്പായിക്കുക യാണ് ചെയ്തത്. പ്രത്യേക സാമ്പത്തികമേഖലപോലുള്ള നിയമങ്ങളും ഗാട്ട് കരാറിന്റെ ഭാഗമായി മുന്നോട്ടുവെക്കപ്പെട്ട പ്രൊഡ്യൂസേഴ്സ് റിട്ട

യർമെന്റ് സ്കീം പോലുള്ള നിയമങ്ങളും പദ്ധതികളും കർഷകരെ അവ
രുടെ ഭൂമിയിൽനിന്ന് പറിച്ചെറിയാനുള്ളതായിരുന്നു. അഗ്രിബിസിനസ്
കുത്തകകളുടെ നീരാളിപ്പിടുത്തവും പുതിയ റിയൽഎസ്റ്റേറ്റ് ബിസിനസ്
താല്പര്യങ്ങളും കർഷകജനതയെ രാജ്യമെമ്പാടും നിരാലംബതയിലേക്ക്
വലിച്ചെറിയുകയാണ്. കുടിയിറക്കപ്പെടുന്നവരും ഭൂമിനഷ്ടപ്പെടുന്നവരും
നഗരങ്ങളിലേക്ക് ചേക്കേറുകയാണ്. ദരിദ്രരുടെ പുതിയ ചേരികൾ ആഗോ
ളവല്ക്കരണത്തിന്റെ ഘടനാവിശേഷം എന്നപോലെ വൻനഗരങ്ങളിൽ
വളരുകയാണ്. അന്താരാഷ്ട്ര മൂലധന താല്പര്യങ്ങൾക്കനുസൃതമായ
കരാറുകളും ഉടമ്പടികളും പൊളിച്ചെഴുതിയും സമഗ്രമായ ഭൂപരിഷ്കര
ണത്തിലൂടെ കൃഷിഭൂമിയും തൊഴിലും ഉറപ്പുവരുത്തേണ്ടതുണ്ട്. അതി
നായി നിയോലിബറൽ ചൂഷണത്തിനെതിരെ കാർഷികമേഖലയിൽ
വമ്പിച്ച പോരാട്ടങ്ങൾ വളർത്തിയെടുക്കേണ്ടതുണ്ട്. നമ്മുടെ പാർട്ടിപരി
പാടി അനുശാസിക്കുന്നതുപോലെ ഇതിന്റെ മുന്നുപാധി തൊഴിലാളി
കർഷക ഐക്യമാണ്. തൊഴിലാളി കർഷക ഐക്യത്തെ നിഷേധിക്കു
ന്നത് ജനകീയയുദ്ധമെന്ന പേരിൽ ജനങ്ങളിൽ നിന്ന് ഒറ്റപ്പെട്ട സായുധ
താവളങ്ങൾ സ്ഥാപിക്കുന്നതുമായ കാർഷികവിപ്ലവ തന്ത്രമാണ് മാവോ
യിസ്റ്റുകളുടേത്.

മോഡിസർക്കാർ അധികാരത്തിലെത്തിയതിനുശേഷം കാർഷികമേ
ഖല സംരക്ഷിക്കാൻ ഒരു നടപടിയും ഉണ്ടായില്ലെന്നുമാത്രമല്ല പ്രതിസ
ന്ധിക്കുകാരണമായ യു പി എ സർക്കാർ നയങ്ങൾ തീവ്രഗതിയിലാ
ക്കുകയാണ് ചെയ്തത്. ലോകവ്യാപാരസംഘടനാകരാറിന് കീഴടങ്ങുന്ന
നിലപാടാണ് ബാലിവട്ടം ചർച്ചകളിൽ ഇന്ത്യ സ്വീകരിച്ചത്. ഭക്ഷ്യസ
ബ്സിഡി നിലനിർത്തുന്നകാര്യത്തിൽ തങ്ങൾ വിജയിച്ചിട്ടുണ്ടെന്നായി
രുന്നു യു പി എ സർക്കാർ നേരത്തെ അവകാശപ്പെട്ടിരുന്നത്. യഥാർത്ഥ
ത്തിൽ സ്ഥിരം പരിഹാരം കണ്ടെത്തുന്നതുവരെ ഭക്ഷ്യസബ്സിഡിയുടെ
കാര്യത്തിൽ ഇടക്കാല സമാശ്വാസ വ്യവസ്ഥയെ പ്രതിഷ്ഠിക്കാൻ കഴി
ഞ്ഞതുമാത്രമാണ് ഇന്ത്യ നേടിയ ആനുകൂല്യം. ഇന്ത്യയുടെ ഭക്ഷ്യസു
രക്ഷാ പരിപാടിയെയും കർഷകർക്കുള്ള താങ്ങുവിലയെയും പൊതുവി
തരണസമ്പ്രദായം സാർവത്രികമാക്കുന്നതിനെയും ഡബ്ല്യൂ ടി ഒ വ്യവ
സ്ഥകൾ പ്രതിസന്ധിയിലാക്കുമെന്നറിഞ്ഞുകൊണ്ടുതന്നെ കരാർ വ്യവ
സ്ഥകൾക്ക് മോഡി സർക്കാർ കീഴടങ്ങിക്കൊടുക്കുകയാണ് ഉണ്ടായത്.
അമേരിക്കൻ സന്ദർശനത്തോടെ മോഡി സമ്പൂർണ്ണമായി ഡബ്ല്യൂ ടി ഒ
അനുശാസനങ്ങൾ അംഗീകരിക്കുകയായിരുന്നു.

ഐ എം എഫ് ലോകബാങ്ക്-ലോകവ്യാപാരസംഘടനാത്രയങ്ങൾക്ക്
കീഴടങ്ങി ഇന്ത്യയെ ആഗോള മൂലധനക്രമത്തിന്റെ ഭാഗമാക്കി ഉൽഗ്രഥി
ച്ചെടുക്കുന്ന പരിഷ്കാരങ്ങളാണ് യു പി എ സർക്കാറും എൻ ഡി എ
സർക്കാറും തീവ്രഗതിയിൽ തുടരുന്നത്. കോൺഗ്രസും ബി ജെ പിയു

മെല്ലാം അമേരിക്കൻ താല്പര്യങ്ങളോടുകൂടി ചേർന്നുനില്ക്കുന്ന ഇന്ത്യൻ ബൂർഷ്വാസിയുടെ താല്പര്യങ്ങളെയാണ് പരമമായി കാണുന്നത്. നെഹ്റുവിയൻ നയങ്ങളുടെ ഭാഗമായി 1990 വരെ രാജ്യമൊട്ടാകെ പിന്തു ടർന്നുപോന്ന ദേശീയ താല്പര്യങ്ങളെയും സ്വാശ്രയത്വം ലക്ഷ്യംവെച്ച വ്യവസായനയത്തെയും അട്ടിമറിക്കുകയാണ്. ഖനിജങ്ങൾ ഉൾപ്പെടെ എല്ലാ പ്രകൃതി സമ്പത്തിനെയും കൊള്ളയടിക്കാൻ കഴിയുന്ന രീതിയിൽ വിദേശിയും സ്വദേശിയുമായ കുത്തകകൾക്ക് രാജ്യത്തെ തുറന്നുകൊ ടുത്തിരിക്കുകയാണ്. മിനറൽഡവലപ്പമെന്റ് കോർപ്പറേഷനെയും ഒ എൻ ജിസിയെയും കോൾഇന്ത്യയെയും നോക്കുകുത്തിയാക്കിക്കൊണ്ട് ഖനന മേഖലകളാകെ സ്പെഷ്യൽ ഇക്കണോമിക് സോണുകളാക്കുകയാണ്. ഖനിജവിഭവങ്ങളെ ഉപയോഗിച്ച് രാജ്യത്ത് വ്യവസായങ്ങൾ ഒന്നും ഉയർന്നുവരുന്നില്ല. ഇരുമ്പും അലൂമിനിയവും എല്ലാം തുരന്നെടുത്ത് വിദേശരാജ്യങ്ങളിലേക്ക് നിസ്സാരവിലയ്ക്ക് കയറ്റി അയക്കപ്പെടുകയാണ്.

പരമ്പരാഗതമായ കൃഷി, വനവിഭവശേഖരണം, കാലിവളർത്തൽ തുടങ്ങിയ തൊഴിലുകളിൽ ഏർപ്പെട്ടിരുന്ന ഗ്രാമീണ ജനത ഈ നയങ്ങ ളുടെ ഇരകളായി ജീവിത ഉപാധികളിൽനിന്നും പുറന്തള്ളപ്പെടുകയാ ണ്. നദികളും തടാകങ്ങളും കടൽത്തീരങ്ങളും കോർപ്പറേറ്റ് കുത്തക കൾ കൈയടക്കുകയാണ്. കൊക്കകോളയും റേഡിയസ്വാട്ടർപോലുള്ള കുത്തകകളും ജലസ്രോതസ്സുകൾ തട്ടിയെടുക്കുകയാണ്. ഒറീസയിലെ കിയോൻജന്തുറ വനമേഖലയിലെ ഇരുമ്പയിർ ഖനന മേഖലയും ഛത്തീ സ്ഗഡിലെ ബൈലാന്റില ഇരുമ്പയിർ മേഖലയും ജാർഖണ്ഡിലെയും ബീഹാറിലെയും വിവിധ ഖനന പദ്ധതികളും നാടനും വിദേശിയുമായ കോർപ്പറേറ്റുകൾ കൈയടക്കിയിരിക്കുകയാണ്. രാജ്യത്തിന്റെ അമൂല്യ ങ്ങളായ സമ്പത്ത് കോർപ്പറേറ്റുകൾ കൊത്തിക്കവർന്നുകൊണ്ടുപോകു കയാണ്. ഈ കൊടുംചൂഷണം രാഷ്ട്രസമ്പത്തിന്റെ വൻ കവർച്ചയ്ക്കും തദ്ദേശവാസികളായ ആദിവാസി ഗോത്രജനതയുടെ കുടിയിറക്കലിനു മാണ് സാഹചര്യമൊരുക്കുന്നത്. നൈസർഗ്ഗികമായ ആവാസവ്യവസ്ഥ യിൽനിന്നും വനഭൂമിയിൽനിന്നും കോർപ്പറേറ്റ് വികസനനയത്തിന്റെ ഭാഗ മായി പുറന്തള്ളപ്പെടുന്ന ഗോത്രജനതയാണ് ഇവിടങ്ങളിൽ മാവോയി സത്തിലേക്ക് ആകൃഷ്ടരാകുന്നത്.

കോർപ്പറേറ്റ്‌വല്ക്കരണത്തിനെതിരെ 1990 കളുടെ ആദ്യം വളർന്നു വന്ന ബഹുജനമുന്നേറ്റങ്ങളെയും തൊഴിലാളി സമരങ്ങളെയും അസ്ഥി രീകരിക്കുന്നരീതിയിൽ ഇത്തരം മേഖലകളിൽ മാവോയിസ്റ്റുകൾ ഇട പെടുകയായിരുന്നു. ജനാധിപത്യപരമായ തൊഴിലാളി ബഹുജന മുന്ന ണിപ്രവർത്തനങ്ങളെ തകർത്തുകൊണ്ടാണ് സായുധ ഭീകരവാദം അടി ച്ചേല്പിക്കപ്പെട്ടത്. അത് ഫലത്തിൽ കാർഷികപ്രശ്നങ്ങൾക്കോ ആദി വാസി പ്രശ്നങ്ങൾക്കോ പരിഹാരമുണ്ടാക്കാനല്ല സഹായിച്ചത്. കോർപ്പ

റേറ്റുകൾക്കെതിരെ വളർന്നുവരുന്ന ജനകീയമുന്നേറ്റങ്ങളെ ദുർബ്ബലമാ
ക്കുകയും ഭരണകൂടത്തിന്റെ സായുധ ശക്തിയെ സ്ഥിരീകരിക്കുകയു
മാണ് ചെയ്തത്. ഭരണകൂട ഭീകരതയെന്നപോലെ പ്രതിഭീകരതയും
കോർപ്പറേറ്റ് ചൂഷണത്തെ പരോക്ഷമായി സേവിക്കുകയാണ് ഇവിടെ.

ആഗോളവല്ക്കരണം കാർഷിക മേഖലയിലും ഗ്രാമീണ സമ്പദ്ഘ
ടനയിലും ഭൂപ്രഭുക്കളെയും മുതലാളിത്ത കർഷകരെയും ശക്തിപ്പെടു
ത്തിയിരിക്കുകയാണെന്ന യാഥാർത്ഥ്യം പഴയ അർദ്ധകോളനി അർദ്ധ
ഫ്യൂഡൽ ധാരണകളിൽ കഴിയുന്ന മാവോയിസ്റ്റുകൾ കാണുന്നില്ല.
ഇന്ത്യൻ ഗ്രാമങ്ങളിലെ ഭൂമിയുടെ ഉടമസ്ഥത പ്രധാനമായും കർഷക
മുതലാളിമാരും ഭൂപ്രഭുക്കന്മാരുമടങ്ങുന്ന പുത്തൻ സമ്പന്നവർഗ്ഗങ്ങളുടെ
കൈകളിലാണ്. ഇന്ത്യൻ ഗ്രാമങ്ങളിലും ഭൂരിപക്ഷപ്രദേശങ്ങളിലും ഈ
പുത്തൻ ഭൂപ്രഭു കർഷക മുതലാളിവർഗ്ഗത്തിൻ കീഴിൽ മണ്ണിൽ പണി
യെടുക്കുന്നവർ പാട്ടക്കുടിയാന്മാരോ കൂലിത്തൊഴിലാളികളോ ആയി
അധഃപതിച്ചിരിക്കുകയാണ്. പരമ്പരാഗത ഭൂപ്രഭു വർഗ്ഗങ്ങളിൽനിന്ന് വ്യ
ത്യസ്തരായ മുതലാളിത്ത കർഷകരിൽ ഒരു വിഭാഗം പരമ്പരാഗതമായി
കാർഷികവൃത്തിയിലേർപ്പെട്ടിരുന്ന സമ്പന്ന കർഷകകുടുംബങ്ങളിൽ
നിന്നോ മദ്ധ്യവർഗ്ഗ കുടുംബങ്ങളിൽ നിന്നോ വന്നിട്ടുള്ളവരാണ്. ഈ
പുത്തൻ മുതലാളിത്ത-ഭൂപ്രഭു വർഗ്ഗം സ്വാതന്ത്ര്യാനന്തര കാർഷിക നയ
ങ്ങളുടെ സൗകര്യങ്ങളും സൗജന്യങ്ങളും അനുഭവിച്ച് വളർന്നുവന്നവ
രാണ്.

കൃഷിയിൽനിന്നും മറ്റ് സാമ്പത്തിക പ്രവൃത്തികളിൽനിന്നും
സ്വരൂപിച്ച മിച്ചധനം ഇക്കൂട്ടർ ഭൂമി ഉൾപ്പെടെയുള്ള മറ്റ് സംരംഭങ്ങളിൽ
(പണം വായ്പ നല്കൽ-കച്ചവടം) നിക്ഷേപിക്കുന്നുണ്ട്. ഇന്ത്യയിലെ
മുതലാളിത്ത കർഷകരുടെ സാമ്പത്തിക ശക്തി പ്രധാനമായും കൃഷി
തന്നെയാണ്. പാരമ്പര്യ സ്വത്തും പദവിയുമാണ് ഭൂപ്രഭുക്കളുടെ വർഗ്ഗ
സ്ഥാനത്തിന്റെ അടിസ്ഥാനമെങ്കിൽ മുതലാളിത്ത കർഷകരുടെ വർഗ്ഗ
സ്ഥാനത്തിന്റെ അടിസ്ഥാനം ഉല്പാദനശക്തികളുടെ വികാസവും കുമി
ഞ്ഞുകൂടലുമാണെന്ന് കാണാം. പരമ്പരാഗതവും ആചാരപരവുമായ
അധികാരഘടനയിൽ സ്ഥാനമുറപ്പിച്ച ഭൂപ്രഭുവർഗ്ഗത്തെപ്പോലെതന്നെ
ഈ വൻകിട മുതലാളിത്ത കർഷകർക്ക് ആഗോളവല്ക്കരണം സാമൂ
ഹ്യവും രാഷ്ട്രീയവുമായ ദൃഢസുരക്ഷ ഉറപ്പാക്കിയിട്ടുണ്ട്. ഇന്ത്യയിലെ
ഭൂരിഭാഗപ്രദേശങ്ങളിൽ അധികാരിവർഗ്ഗമായിട്ടുള്ള ഈ ഭൂപ്രഭു മുതലാ
ളിത്ത കർഷക വർഗ്ഗങ്ങളുടെ സാമൂഹ്യ അടിത്തറയിലാണ് ഭരണവർഗ്ഗ
പാർട്ടികളെല്ലാം വേരുറപ്പിച്ചിട്ടുള്ളത്.

വൻകിട മുതലാളിത്തകർഷകരെന്ന് വിളിക്കാവുന്ന ഈ വർഗ്ഗം ഭൂപ്ര
ഭുവർഗ്ഗങ്ങളുമായി ചേർന്ന് ഇന്ത്യൻ ഗ്രാമങ്ങളിലെ പ്രധാന ചൂഷകവർഗ്ഗ
മായി കഴിഞ്ഞിരിക്കുന്നു. പഴയ ചൈനീസ് അർദ്ധകോളനി അർദ്ധഫ്യൂ

ഡൽ വിശകലനങ്ങളുടെ അന്ധതയിൽ ഇന്ത്യൻ ഗ്രാമങ്ങളിലെ വർഗ്ഗാ ധിപത്യഘടനയിൽ വന്നിരിക്കുന്ന ഈ മാറ്റം കാണാൻ മാവോയിസ്റ്റു കൾക്ക് കഴിയുന്നില്ല. ജനകീയ യുദ്ധത്തെയും സായുധസമരപാതയെയും സംബന്ധിച്ച വീക്ഷണവൈകല്യങ്ങളിൽപ്പെട്ടുപോയ മാവോയിസ്റ്റുകൾ ഭൂപ്രഭുക്കളും മുതലാളിത്തകർഷകരും ചേർന്ന ഇന്ത്യൻ ഗ്രാമീണ വർഗ്ഗ ഘടനയ്ക്കോ ഇന്ത്യൻ ഭരണകൂടത്തിന്റെ നെടുംതൂണായി വർത്തിക്കുന്ന ബുർഷ്വാഭൂപ്രഭുവർഗ്ഗങ്ങൾക്കോ ഇന്നൊരു ഭീഷണിയേയല്ല.

കാർഷിക മേഖലയിലെ ഉല്പാദനരൂപങ്ങളെയും നാട്ടിൻപുറങ്ങ ളിലെ ഉല്പാദനബന്ധങ്ങളെയും സംബന്ധിച്ച് സി പി ഐ(എം)ന്റെ കേന്ദ്ര കമ്മിറ്റി നിയോഗിച്ച പഠനഗ്രൂപ്പ് തയ്യാറാക്കിയ റിപ്പോർട്ടിന്റെ ഒരു വിശക ലനം ഇവിടെ ഉദ്ധരിക്കട്ടെ;

ഭൂപ്രഭു-മുതലാളി കർഷക വർഗ്ഗത്തിന്റെ അടിസ്ഥാനം ഭൂമിയുടെ മേൽ ഉള്ള നിയന്ത്രണമാണെങ്കിലും ഭൂമി മാത്രമല്ല അവരാൽ നിയ ന്ത്രിക്കപ്പെടുന്ന സമ്പത്ത്. അവരുടെ സമ്പത്തിന്റെ പ്രധാന ഉറ വിടം ഭൂമിയല്ല എന്നതും ശ്രദ്ധേയമാണ്. ഭൂപ്രഭുക്കളും മുതലാളി കർഷകരും പണം പലിശയ്ക്ക് നല്കൽ, ധാന്യ മില്ലുകൾ, കാലി വളർത്തൽ, കച്ചവടം, ഊഹക്കച്ചവടം, ഭൂമി വ്യവഹാരം, നിർമ്മാണ മേഖല തുടങ്ങി പലതരം ആദായകരമായ ബിസിനസുകളിൽ ഏർപ്പെടുന്നതായും കാണാം. ഈ ഗ്രൂപ്പാണ് പലപ്പോഴും ഭരണ സ്ഥാപനങ്ങളിൽ-പഞ്ചായത്തീരാജ് സ്ഥാപനങ്ങൾ, നിയമസഭ, ഗവൺമെന്റ് ജോലികൾ, നിയമ വ്യവസ്ഥ-എന്നിവയിൽ കയറി ക്കൂടുന്നതും ഉന്നത വിദ്യാഭ്യാസത്തിലെയും ആധുനിക സംഘ ടിത മേഖലയിലെയും തൊഴിൽ അവസരങ്ങളുടെ ഗുണഭോക്താ ക്കളാകുന്നതും. ഗ്രാമീണ-അർദ്ധ നഗര പ്രദേശങ്ങളിലെ ഭരണ സംവിധാനത്തിൽ ഈ വർഗ്ഗത്തിന്റെ നിയന്ത്രണം പ്രത്യേക പരാ മർശം അർഹിക്കുന്നു. രാജ്യഭരണത്തിലുള്ള പങ്ക് കണക്കാക്കു മ്പോൾ, ഗ്രാമങ്ങളിലെ ഭരണവർഗ്ഗ രാഷ്ട്രീയ പാർട്ടികളുടെ പ്രധാന ആശ്രയവും ഗ്രാമങ്ങളിൽ ബുർഷ്വാ പാർട്ടികളുടെ വോട്ട് ലഭിക്കുന്നതിനും ഉറ്റു നോക്കുന്നത് ഈ വിഭാഗത്തെയാണ്.

ഈ വർഗ്ഗം മറ്റ് ഗ്രാമീണരെ പലവിധത്തിൽ ചൂഷണംചെയ്യാൻ സാദ്ധ്യതയുണ്ട്. കൂലിയിനത്തിലും, വാടകയിനത്തിലും, പലിശ നിരക്കിലും, കാർഷിക സംഭരണത്തിലും, വ്യാപാരത്തിലുമൊക്കെ. ഭൂമിയുടെ ഉടമസ്ഥതയിലുള്ള ആധിപത്യത്തിനുപരിയായി ഈ വിഭാഗത്തിന് ഗ്രാമീണതല ഭരണസംവിധാനങ്ങളിലുള്ള ആധിപ ത്യവും ഭൗതിക കാർഷികാധി നിവേശങ്ങളുടെയും വായ്പയു ടെയും ഉയർന്ന പ്രാപ്യതയും, ഉന്നത വിദ്യാഭ്യാസത്തിനും സംഘ ടിത മേഖലയിലെ തൊഴിൽ ലഭ്യതയ്ക്കുള്ള സാധ്യതയും ശ്രദ്ധേ

യമാണ്. ഗ്രാമങ്ങളിലെ ദരിദ്രരുടെ ഉന്നമനത്തിനുള്ള പദ്ധതിക ളുൾപ്പെടെ എല്ലാ സർക്കാർ സ്കീമുകളുടെയും വിതരണത്തിൽ സ്വാധീനം ചെലുത്തി തങ്ങളുടെ വരുതിയിലാക്കാൻ വരെ പ്രാപ്തി യുള്ള വിഭാഗമാണവർ.

പരമ്പരാഗതവും ആധുനികവുമായ സാമൂഹിക രാഷ്ട്രീയ അധി കാരഘടനയിൽ ആധിപത്യം പുലർത്തുന്ന ഭൂപ്രഭു-മുതലാളിത്തകർഷക വർഗ്ഗങ്ങൾക്കെതിരായി ഇന്ത്യൻ ഗ്രാമങ്ങളിൽ വളർന്നുവരേണ്ട വർഗ്ഗസ മരത്തെ ആദിവാസി വനപർവ്വതമേഖലകൾ കേന്ദ്രീകരിച്ചുകൊണ്ടുള്ള ഗറില്ലാ പോരാട്ടമോ സായുധസമരമോ ആയി ലഘൂകരിച്ചുകാണുക യാണ് മാവോയിസ്റ്റുകൾ. ഇന്ത്യൻ അധികാരഘടനയെ നിയന്ത്രിക്കുന്ന ഭൂപ്രഭുത്വത്തെയും കാർഷിക മുതലാളിത്തത്തെയും അവചേർന്നുള്ള കോർപ്പറേറ്റ് അധികാരഘടനയെയും അവഗണിക്കുന്ന ലളിതമായ അർദ്ധ കോളനി അർദ്ധഫ്യൂഡൽ വിശകലനങ്ങൾ ഇന്ത്യൻ സാമൂഹിക യാഥാർത്ഥ്യങ്ങളിൽനിന്നുള്ള ഒളിച്ചോടലാണ്. കാർഷിക പ്രശ്നത്തെയും തൊഴിലാളിവർഗ്ഗ വിപ്ലവത്തെയും സംബന്ധിച്ച തെറ്റായ കാഴ്ചപ്പാടുക ളാണ് നരോദ്നിസത്തെ നിർണ്ണയിച്ചതെന്ന് ലെനിൻ ചൂണ്ടിക്കാട്ടിയിട്ടു ണ്ട്. ജനകീയജനാധിപത്യവിപ്ലവത്തെയും ജനകീയയുദ്ധപാതയെയും സംബന്ധിച്ച തെറ്റും ഇന്ത്യൻ യാഥാർത്ഥ്യങ്ങൾക്ക് നിരക്കാത്തതുമായ മാവോയിസ്റ്റ് വീക്ഷണങ്ങൾ ഭീകരവാദത്തിലേക്കാണ് അവരെ എത്തി ച്ചിരിക്കുന്നത്.

ആദിവാസിപ്രശ്നം ഇടതുപക്ഷ സമീപനം

മാർക്സിസത്തെ വർഗ്ഗന്യൂനീകരണ സിദ്ധാന്തമായി ആക്ഷേപി ക്കുന്ന മതം, വംശം, ന്യൂനപക്ഷം തുടങ്ങിയവയെ അടിസ്ഥാനമാക്കി യുള്ള സ്വത്വരാഷ്ട്രീയത്തെ പിൻപറ്റുന്നതാണ് മാവോയിസ്റ്റുകളുടെ പ്രത്യയശാസ്ത്രം. തൊഴിലാളിവർഗ്ഗം ഒരു വിപ്ലവശക്തിയല്ലാതായി കഴി ഞ്ഞിരിക്കുന്നുവെന്ന വിലയിരുത്തലുകളും പിന്നോക്ക കാർഷികസമൂ ഹങ്ങളുടെയും ആദിവാസികളുടെയും സായുധസമര സിദ്ധാന്തങ്ങളും ഇത്തരമൊരു വിശകലനത്തിൽനിന്ന് രൂപപ്പെടുന്നതാണ്. ഇന്ത്യൻ മാവോ യിസ്റ്റുകളുടെ ആദിവാസിമേഖലകളെ ഒളിത്താവളമാക്കിക്കൊണ്ടുള്ള ഒറ്റ പ്പെട്ട ഭീകരപ്രവർത്തനങ്ങൾ ഈയൊരു പശ്ചാത്തലത്തിലാണ് വിലയി രുത്തേണ്ടത്. അത്തരം കാര്യങ്ങളുടെ വിശദാംശങ്ങളിലേക്ക് ഇവിടെ കട ക്കുന്നില്ല. ആഗോളവല്ക്കരണ നയങ്ങളുടെ ഫലമായി തീക്ഷ്ണമായി രിക്കുന്ന ആദിവാസി ചൂഷണത്തിന്റെയും മർദ്ദനത്തിന്റെയും സാഹച ര്യത്തെ അഭിസംബോധനചെയ്യുകയാണെന്ന വ്യാജേനയാണ് മാവോയിസ്റ്റുകൾ തങ്ങളുടെ ഭീകരപ്രവർത്തനങ്ങളെ ന്യായീകരിക്കുന്ന ത്. കേരളത്തിന്റെ സവിശേഷ സാഹചര്യത്തിൽ ആദിവാസി പ്രശ്ന ങ്ങളോടുള്ള ഇടതുപക്ഷ സമീപനം സാമാന്യമായി സൂചിപ്പിക്കുക മാത്ര മാണ് ഈ അദ്ധ്യായംകൊണ്ട് ഉദ്ദേശിക്കുന്നത്.

കേരളം നേടിയ സാമൂഹ്യപുരോഗതിയുടെയും ജീവിതഗുണനില വാരത്തിന്റെയും നേട്ടങ്ങൾ ഇനിയുമെത്തിയിട്ടില്ലാത്ത ദലിത്-ആദി വാസി-മത്സ്യത്തൊഴിലാളി വിഭാഗങ്ങളടങ്ങുന്ന നമ്മുടെ ജനസംഖ്യയിൽ 32 ശതമാനത്തോളം വരുന്ന ദുർബ്ബലജനവിഭാഗങ്ങളുടെ പരിരക്ഷയും പുരോഗതിയും ലക്ഷ്യംവെച്ചുള്ള വികസനകാഴ്ചപ്പാടാണ് ഇടതുപക്ഷ ജനാധിപത്യ മുന്നണി ഗവൺമെന്റ് മുന്നോട്ടുവെച്ചിട്ടുള്ളത്. ഭൂപരിഷ്ക

രണം തൊട്ട് സാർവത്രിക വിദ്യാഭ്യാസവും സാമൂഹ്യക്ഷേമപെൻഷനു
കളും വരെയുള്ള കേരളവികസനത്തിന്റെ അടിസ്ഥാനമായി വർത്തിച്ച
നയപരിഷ്കാരങ്ങൾക്ക് നേതൃത്വം കൊടുത്തത് ഇടതുപക്ഷവും കമ്മ്യൂ
ണിസ്റ്റുപാർടിയുമാണ്. കൊളോണിയൽ ഭൂനയങ്ങൾ ദൃഢീകരിച്ച ബ്രഹ്മ
സ്വം-ദേവസ്വം ഭൂവുടമാബന്ധങ്ങളെ പരിവർത്തനപ്പെടുത്തിയതും ജാതി
ജന്മിത്വത്തിന്റെ അധീശത്വത്തിന് അന്ത്യം കുറിച്ചതും ഇ എം എസ്
സർക്കാർ കൊണ്ടുവന്ന ഭൂപരിഷ്കരണ നടപടികളായിരുന്നു.

സമൂഹത്തിലെ ഏറ്റവും ദുർബലരും അടിച്ചമർത്തപ്പെട്ടവരുമായ
ആദിവാസി വിഭാഗങ്ങളുടെ അതിജീവനത്തിനുള്ള നയസമീപനം കഴി
ഞ്ഞകാല വികസനാനുഭവങ്ങളെയും ആഗോളവല്ക്കരണം സൃഷ്ടിച്ച
പുതിയ സാഹചര്യങ്ങളെയും പരിശോധിച്ചുകൊണ്ട് എ കെ ജി പഠനഗ
വേഷണ കേന്ദ്രത്തിന്റെ നാലാം കേരളപഠനകോൺഗ്രസ് മുന്നോട്ടുവെ
ക്കുകയുണ്ടായി. ഇടതുപക്ഷ ജനാധിപത്യമുന്നണി സർക്കാർ ഈയൊരു
നയപരിപ്രേക്ഷ്യത്തിൽനിന്നാണ് ആദിവാസി സമൂഹം നേരിടുന്ന
ഭൂപ്രശ്നമടക്കമുള്ളവയ്ക്ക് പരിഹാരം തേടാനുള്ള പരിശ്രമങ്ങൾ ആരം
ഭിച്ചിരിക്കുന്നത്. സർക്കാരും പട്ടികജാതി/പട്ടികവകുപ്പ് മന്ത്രിയും വളരെ
പ്രതിബദ്ധതയോടെയാണ് ആദിവാസികൾ നേരിടുന്ന വംശഹത്യ ഉൾപ്പെ
ടെയുള്ള പ്രശ്നങ്ങൾ പരിഹരിക്കാനുള്ള കർമ്മപദ്ധതികൾ ആസൂത്രണം
ചെയ്ത് നടപ്പാക്കാൻ ശ്രമിക്കുന്നത്. കോൺഗ്രസും ബി ജെ പിയും അധി
കാരത്തിലിരുന്ന ഇന്ത്യയിലെ മറ്റേതൊരു പ്രദേശത്തേക്കാളും ദളിത് ആദി
വാസി വിഭാഗങ്ങളുടെ ജീവിതം കേരളത്തിൽ മെച്ചപ്പെട്ടിട്ടുണ്ടെന്നുള്ളതും
ഒരു യാഥാർത്ഥ്യമാണ്. നവലിബറൽ നയങ്ങളുടെ ചുവടുപിടിച്ച് അടി
ച്ചേല്പിക്കപ്പെടുന്ന കോർപ്പറേറ്റ്‌വല്ക്കരണവും ദുർബല വിഭാഗ
ങ്ങൾക്കുള്ള സാമൂഹ്യ സുരക്ഷാപദ്ധതികളുടെയും സബ്സിഡി സഹാ
യങ്ങളുടെയും വെട്ടിക്കുറയ്ക്കലും ഏറ്റവും തീക്ഷ്ണമായി ബാധിക്കു
ന്നത് ആദിവാസി സമൂഹങ്ങളെയാണ്.

ഇടതുപക്ഷത്തിന്റെ ആദിവാസി ഉന്നമനവും ശാക്തീകരണവും
ലക്ഷ്യംവെച്ചുള്ള ഇടപെടലുകൾ എല്ലാകാലത്തും വലതുപക്ഷശക്തി
കളെ പരിഭ്രാന്തമാക്കിയിട്ടുണ്ട്. നവലിബറൽ നയങ്ങളുടെയും ഭൂമാഫി
യകളുടെയും താല്പര്യമനുസരിച്ചാണല്ലോ ആദിവാസിവിരുദ്ധ നടപടി
കൾ കോൺഗ്രസും ബി ജെ പിയും എല്ലാകാലത്തും സ്വീകരിച്ചിട്ടുള്ള
ത്. കേരളത്തിലെ പൊതുസമൂഹം നേരിടുന്ന പ്രശ്നങ്ങളിൽനിന്ന് വ്യ
ത്യസ്തമായ, വളരെ സവിശേഷമായ നിരവധി പ്രശ്നങ്ങൾ ആദിവാസി
ജനത നേരിടുന്നുണ്ട്. ആഗോളവല്ക്കരണം സൃഷ്ടിച്ച വ്യത്യസ്ത സ്വ
ത്വവിഭാഗങ്ങളുടെ വേരറുക്കുന്നതും ഭാവിരഹിതവുമായ വികസനനയ
ങ്ങളുടെ ഇരകളാണ് വയനാട്ടിലെയും അട്ടപ്പാടിയിലെയുമെല്ലാം ആദി
വാസികൾ.

പട്ടിണിയും പോഷകാഹാരക്കുറവുമാണ് അട്ടപ്പാടിയിലെ നവജാത
ശിശുക്കളുടെ മരണത്തിന് കാരണമാകുന്നത്. അതേപോലെ വയനാ

ട്ടിൽ വ്യാപകമാകുന്ന സിക്കിൾസെൽഅനീമിയക്ക് കാരണം തലമുറക ളായ പോഷകാഹാരക്കുറവാണ്. ഇത് കേവലമായ ആരോഗ്യപരിപാല നപ്രശ്നം മാത്രമല്ല. ആദിവാസിമേഖലകളിലെ അടിസ്ഥാന ഉല്പാദന മേഖലകളിലെ തകർച്ചയുമായി ബന്ധപ്പെട്ട പ്രശ്നമാണ്. അട്ടപ്പാ ടിയെക്കുറിച്ചുള്ള എല്ലാ പഠനങ്ങളും ഒരേപോലെ ചൂണ്ടിക്കാണിക്കുന്നത് പരമ്പരാഗതമായ ധാന്യ-പയർ കൃഷിയുടെ തകർച്ചയാണ് ഭക്ഷ്യക്ഷാ മവും പോഷകാഹാരക്കുറവും വ്യാപകമാക്കിയത്. ഈ മേഖലയിലെ അവസ്ഥ വളരെ ആപല്ക്കരമാണെന്നാണ് പഠനങ്ങളെല്ലാം വിലയിരു ത്തിയിട്ടുള്ളത്.

നാലാം അന്താരാഷ്ട്രപഠനകോൺഗ്രസ് മുന്നോട്ടുവെച്ച രേഖയിൽ ഇന്നത്തെ സ്ഥിതി തുടർന്നാൽ പല ആദിവാസി വിഭാഗങ്ങളും വംശ ഹത്യ നേരിടുമെന്ന് ചൂണ്ടിക്കാണിക്കുന്നുണ്ട്. ഈയൊരവസ്ഥയെ പ്രതി രോധിക്കാൻ സംയോജിതമായ ഇടപെടലുകൾ ഉണ്ടാവണം. ഇതിന് പര മ്പരാഗത കൃഷിരീതികളും ആധുനിക കൃഷിരീതികളും ആദിവാസി കൾക്ക് സ്വീകാര്യമായ രീതിയിൽ സമന്വയിപ്പിച്ചുകൊണ്ടുള്ള പദ്ധതി നടപ്പാക്കണം. അതിന് ആദിവാസികൾക്ക് ഭൂമി ഉറപ്പുവരുത്തണം. അവരെ കൃഷിക്കാരായി മാറ്റാനുള്ള പദ്ധതികൾ ശാസ്ത്രീയമായി ആവി ഷ്കരിച്ച് നടപ്പിലാക്കണം. നീർത്തട വികസനം, ജലസേചന സൗകര്യ ങ്ങൾ, വന, നദി സംരക്ഷണം തുടങ്ങി ഹ്രസ്വകാല ദീർഘകാല പദ്ധതി കൾ ഇതിനായി ആവിഷ്കരിക്കണം. വികേന്ദ്രീകൃത ആസൂത്രണത്തിന്റെ സാദ്ധ്യതകൾ ഉപയോഗിച്ച് ഊരുകൂട്ടങ്ങൾക്ക് കൂടുതൽ അധികാരങ്ങൾ നല്കി സംഘടിപ്പിക്കണം. ആദിവാസിയുടെ പ്രശ്നങ്ങൾക്ക് സ്ഥായി യായ പരിഹാരം കാണാനുള്ള, ആദിവാസി കേന്ദ്രീകൃതമായ വികസന പരിപ്രേക്ഷ്യം രൂപപ്പെടുത്തുകയാണ് ഇടതുപക്ഷം ചെയ്തത്. ഈയൊരു പരിപ്രേക്ഷ്യത്തിൽനിന്നാണ് ഇടതുപക്ഷ ജനാധിപത്യമുന്നണി ഗവൺമെന്റ് പ്രവർത്തിക്കുന്നത്.

കേരളത്തിൽ ചില പഠനങ്ങൾ അനുസരിച്ച് നാല്പത്തിയെട്ടോളം ആദിവാസി സമൂഹങ്ങളുണ്ട്. 2011 ലെ സെൻസസ് കണക്കനുസരിച്ച് 35 ആദിവാസി വിഭാഗങ്ങളുണ്ട്. 1961 ലെ സെൻസസ് പ്രകാരം കേരളത്തിലെ ആദിവാസി ജനസംഖ്യ 2,64,356 ആയിരുന്നു. 1981 ൽ 2,61,475 ആയി കുറഞ്ഞു. പുതിയ കണക്കനുസരിച്ച് ആദിവാസി ജനസംഖ്യ 1,46,000 ആയി കുറഞ്ഞിരിക്കുകയാണ്. ഈ കണക്കുകാണിക്കുന്നത് ആദിവാസി സമൂഹം നേരിടുന്ന വംശനാശ ഭീഷണിയാണ്. 1990 കൾക്കുശേഷം നട പ്പാക്കിയ നിയോലിബറൽ നയങ്ങൾ ഇതിന് ആക്കം കൂട്ടുകയാണ് ചെയ്തിരിക്കുന്നത്. ഇടതുപക്ഷ പ്രസ്ഥാനങ്ങളെ സംബന്ധിച്ചിടത്തോളം ആദിവാസികളെ വംശഹത്യയിലേക്ക് നയിക്കുന്ന കോൺഗ്രസും ബി ജെ പിയും അടിച്ചേല്പിക്കുന്ന നിയോലിബറൽ നയങ്ങൾക്കെതിരായുള്ള സമരം ശക്തിപ്പെടുത്തേണ്ടതുണ്ട്. കേരംപോലെ തങ്ങൾ അധികാര ത്തിലിരിക്കുന്ന പ്രദേശങ്ങളിൽ നിലനില്ക്കുന്ന കേന്ദ്രഘടനയുടെ പരി

മിതികൾക്കകത്തുനിന്നും ആദിവാസികളുടെ അതിജീവനത്തിനും പുരോ ഗതിക്കും ആവശ്യമായ ബദൽ നയങ്ങൾ ആവിഷ്കരിച്ച് നടപ്പിലാക്കു കയും വേണം.

ഇടതുപക്ഷ സർക്കാരുകളുടെ ഭരണകാലത്താണ് ആദിവാസിക ളുടെ ഭൂമി, ആരോഗ്യം, വിദ്യാഭ്യാസം തുടങ്ങിയ മേഖലകളിൽ ശക്ത മായ ഇടപെടലുകൾ ഉണ്ടായത്. യു ഡി എഫ് അധികാരത്തിൽ വരു മ്പോഴെല്ലാം പൊതുവിതരണത്തെ ദുർബ്ബലപ്പെടുത്തി ഭക്ഷ്യലഭ്യത ഇല്ലാ താക്കുകയാണ് ചെയ്തത്. അതേപോലെ ആദിവാസി സമരങ്ങളുടെ ഭാഗ മായി രൂപപ്പെട്ട എല്ലാ കരാറുകളും വൻകിട തോട്ടമുടമകൾക്കും ഭൂമാ ഫിയകൾക്കും വേണ്ടി നടപ്പാക്കാതിരിക്കുകയാണ് അവർ ചെയ്തത്.

ഇടതുപക്ഷ ജനാധിപത്യമുന്നണി ഗവൺമെന്റ് ആദിവാസികളുടെ അതിജീവനത്തിനും പുരോഗതിക്കും ആവശ്യമായ രീതിയിൽ അടി സ്ഥാന സൗകര്യങ്ങൾ വികസിപ്പിക്കാനും ആദിവാസി മേഖലകളുടെ പരിസ്ഥിതിയെ ഹനിക്കാത്ത തരത്തിൽ ഊരുകളെ പൊതുജീവിതവു മായി ബന്ധിപ്പിക്കുന്ന റോഡുകളും ഗതാഗത സൗകര്യങ്ങളും രൂപപ്പെ ടുത്താനുമാണ് നോക്കുന്നത്.

സ്വാഭാവികമായ നീരൊഴുക്കുകളെ സംരക്ഷിച്ചുകൊണ്ട് മഴവെള്ള സംഭരണികൾ തീർത്തും ഊരുകൾക്ക് ജലസ്വയംപര്യാപ്തത ഉണ്ടാക്ക ണം. ആദിവാസികളുടെ പാർപ്പിടപ്രശ്നം അട്ടപ്പാടിയിലെ അഹാഡ്സ് മാതൃകയിൽ ഭവനനിർമ്മാണ പദ്ധതി ആവിഷ്കരിക്കണം. ആദിവാസി ക്ഷേമപ്രവർത്തനങ്ങളിൽ നടക്കുന്ന അഴിമതി പൂർണ്ണമായി അവസാനി പ്പിക്കണം. അതിനായുള്ള സോഷ്യൽ ഓഡിറ്റിങ് സമ്പ്രദായം രൂപീകരി ക്കണം.

ആദിവാസി കുടുംബങ്ങൾക്ക് ഒരേക്കർ ഭൂമിയെങ്കിലും എല്ലാവർക്കും ലഭ്യമാക്കണം. തരിശുഭൂമികൾ കൃഷിയോഗ്യമാക്കി അതത് പ്രദേശത്തെ ഗ്രാമപഞ്ചായത്തുകൾ ആദിവാസികൾക്കു നൽകണം. തോട്ടം മേഖല യിൽ പാട്ടക്കാലാവധി കഴിഞ്ഞ തോട്ടങ്ങൾ കൃഷിക്ക് ഉപയോഗപ്പെടു ത്തണം. 2005 ലെ വനാവകാശ നിയമം ശാസ്ത്രീയമായി നടപ്പിലാ ക്കണം. ജലസേചന സൗകര്യമുള്ള ഭൂമി ആദിവാസികൾക്ക് ഉറപ്പുവരു ത്തണം. കൈയേറ്റക്കാരെ ഒഴിപ്പിക്കണം. നിയമവിരുദ്ധമായി കൈവശം വെച്ചിരിക്കുന്ന ആദിവാസി ഭൂമി തിരിച്ചെടുക്കണം. തൊഴിൽ, വിദ്യാ ഭ്യാസം ആരോഗ്യം പോഷകാഹാരം ഇതെല്ലാം ഉറപ്പുവരുത്താൻ കഴി യുന്ന നിരന്തരമായ ഇടപെടലുകളും അതിനാവശ്യമായ അഡ്മിനിസ്ട്രേ റ്റീവ് സംവിധാനങ്ങളുമാണ് ഇടതുപക്ഷം വിഭാവനം ചെയ്യുന്നത്. ആ ദിശയിലുള്ള പ്രായോഗിക ഇടപെടലുകളാണ് ഇടതുപക്ഷമുന്നണി സർക്കാർ ആരംഭിച്ചിരിക്കുന്നത്.

ആദിവാസിജനതയുടെ പ്രശ്നങ്ങൾക്ക് യഥാർത്ഥ പരിഹാരം കാണാൻ കഴിയണമെങ്കിൽ നിലവിലുള്ള രാഷ്ട്രീയാധികാരത്തെ മാവോ യിസ്റ്റ് പ്രത്യയശാസ്ത്ര നിലപാട് ഉയർത്തിപ്പിടിച്ച് തകർത്തെറിയുകയും

മർദ്ദിതജനത തങ്ങളുടെ ബദൽ രാഷ്ട്രീയാധികാരം സ്ഥാപിക്കുകയും ചെയ്യേണ്ടതുണ്ട് (ആദിവാസി ഭൂപ്രശ്നം, ആരാണ് വിചാരണ ചെയ്യപ്പെടേണ്ടവർ, അയ്യങ്കാളിപ്പട, ബന്ദിസമരം മുതൽ മുത്തങ്ങവരെ). അമൂർത്തവും പൊതുവായ ഇത്തരം പ്രസ്താവനകളാണ് മാവോയിസ്റ്റുകൾ ആദിവാസി പ്രശ്നം പരിഹരിക്കുന്നതിനായി മുന്നോട്ടുവെക്കുന്നത്. ആത്യന്തികമായ മുദ്രാവാക്യങ്ങളും പ്രസ്താവനകളും ആവർത്തിക്കുന്നതിലപ്പുറത്ത് ആദിവാസി ഭൂപ്രശ്നം ഉൾപ്പെടെയുള്ള കാര്യങ്ങളിൽ ശരിയായൊരു ബദൽ സമീപനം മാവോയിസ്റ്റുകൾക്കില്ല. അയ്യങ്കാളിപ്പട മുതൽ നിലമ്പൂർ സംഭവം വരെയുള്ള മാവോയിസ്റ്റ് നീക്കങ്ങൾ ഒറ്റപ്പെട്ട ഭീകരപ്രവർത്തനങ്ങൾ എന്നതിലപ്പുറം യാതൊരുവിധ പരിഗണനയും അർഹിക്കാത്തതാണ്.

മാവോയിസത്തിന്റെ
പ്രത്യയശാസ്ത്രപരിസരം

തത്ത്വശാസ്ത്രപരമായി അതിഭൗതികവാദപരവും ആശ യവാദപരവുമായ അപചയമാണ് മാവോയിസം. തൊഴി ലാളിവർഗ്ഗത്തെയും നിലനില്ക്കുന്ന കമ്യൂണിസ്റ്റ് പാർട്ടി കളെയും എല്ലാം സംബന്ധിച്ച മാർക്സിസത്തിനന്യ മായ വിശകലനങ്ങളാണ് അവരുടെ സൈദ്ധാന്തിക നിലപാടുകൾ. കാല്പനികതയെ പ്രണയിക്കുന്ന ബൂർഷ്വാ ആശയവാദവും മറുവശത്ത് എല്ലാറ്റിനെയും ശകലീകരിക്കുന്ന ഉത്തരാധുനിക യുക്തിചിന്തകളു മാണ് മാവോയിസത്തെ നിർണ്ണയിക്കുന്നത്

മാവോയിസ്റ്റുകളെ യഥാർത്ഥ മാർക്സിസ്റ്റുകളും വിപ്ലവകാരിക ളുമായി ആദർശവല്ക്കരിക്കാനുള്ള ആസൂത്രിതമായ ശ്രമങ്ങളാണ് ബൂർഷ്വാ മാധ്യമങ്ങളിലെ കോളമിസ്റ്റുകളും സാമൂഹ്യമാധ്യമങ്ങളിൽ സജീവമായിരിക്കുന്ന ഇടതുപക്ഷവിരോധികളായ ബുദ്ധിജീവികളും നട ത്തിക്കൊണ്ടിരിക്കുന്നത്. നിലമ്പൂർ സംഭവത്തിനുശേഷമിറങ്ങിയ മലയാ ളത്തിലെ ഒട്ടുമിക്ക ആനുകാലികങ്ങളും കവർസ്റ്റോറികളിലൂടെ മാവോ യിസ്റ്റുകൾ മാത്രമാണ് പരിവർത്തനോന്മുഖവും വ്യവസ്ഥാവിരുദ്ധവുമായ വിപ്ലവരാഷ്ട്രീയം പിന്തുടരുന്നതെന്ന പ്രതീതി സൃഷ്ടിക്കുകയാണല്ലോ.

ഇക്കൂട്ടരുടെ മാവോയിസ്റ്റ് ആദർശവല്ക്കരണത്തിന്റെ പിറകിലുള്ള താല്പര്യം എന്തായാലും സാമൂഹ്യവിപ്ലവവുമായി ബന്ധപ്പെട്ടതല്ല. കേര ളത്തിലെ സംഘടിത ഇടതുപക്ഷപ്രസ്ഥാനത്തെ അടിക്കാനുള്ള വടിയായി മാവോയിസ്റ്റുകളെ ഉപയോഗപ്പെടുത്തുകയാണവർ. അതവിടെ നില്ക്കട്ടെ.

മാവോയിസ്റ്റുകളുടെ രാഷ്ട്രീയ പ്രത്യയശാസ്ത്ര നിലപാടുകൾ മാർക്സി
സവുമായി വിദൂരബന്ധംപോലും പുലർത്തുന്നില്ലെന്ന കാര്യമാണ്
ഇവിടെ ചർച്ചചെയ്യപ്പെടാതെ പോകുന്നത്. മാവോയിസത്തിന്റെ രാഷ്ട്രീ
യവും പ്രത്യയശാസ്ത്രവുമാണ് പരിശോധനാവിധേയമാക്കുകയെന്ന
താണ് ഈ പുസ്തകത്തിന്റെ ലക്ഷ്യം. മുൻ അദ്ധ്യായങ്ങളിൽ വിശദ
മായി പ്രതിപാദിച്ച മാവോയിസത്തിന്റെ പ്രത്യയശാസ്ത്രപരിസരത്തെ
സംക്ഷേപിക്കുകയാണ് ഇവിടെ.

മാർക്സിസത്തിനന്യമായ മദ്ധ്യവർഗ സഹതാപങ്ങളിൽനിന്ന് ഉട
ലെടുക്കുന്ന കോർപ്പറേറ്റ് ചൂഷണത്തോടുള്ള അതിസാഹസികതാപര
മായ പ്രതികരണങ്ങളും ഒറ്റപ്പെട്ട ഭീകരപ്രവർത്തനങ്ങളുമാണ് മാവോ
യിസ്റ്റുകളുടെ രാഷ്ട്രീയം. അങ്ങേയറ്റം അരാജകവും ഭീകരവാദപരവു
മായ മാവോയിസ്റ്റ് പ്രവർത്തനങ്ങൾ സംഘടിത ഇടതുപക്ഷപ്രസ്ഥാ
നത്തെ അസ്ഥിരീകരിക്കുന്നതും ഭരണവർഗ്ഗങ്ങളെയും ഭരണകൂട ശക്തി
കളെയും ശക്തിപ്പെടുത്തുന്നതുമാണെന്ന കാര്യം ചരിത്രപരമായിത്തന്നെ
വ്യക്തമാക്കപ്പെട്ടിട്ടുള്ളതാണ്. മുതലാളിത്ത സാഹചര്യത്തിൽ തൊഴിലാ
ളിവർഗ്ഗത്തിന്റെ വിപ്ലവകരമായ പങ്കിനെ കണ്ടെത്തി എന്നതാണ് മാർക്സി
സത്തിന്റെ പ്രധാന സംഭാവന.

മാർക്സിന്റെ കാലം മുതൽ തൊഴിലാളിവർഗ്ഗ നേതൃത്വമെന്ന കമ്മ്യൂ
ണിസ്റ്റ് പാർട്ടികളുടെ നിലപാട് ഏറെ ആക്രമിക്കപ്പെട്ടതുമാണ്. മദ്ധ്യ
വർഗ്ഗ സഹതാപങ്ങളിൽ നിന്ന് ജനിക്കുന്ന പ്രൂദോണിനെപോലുള്ള
ബുർഷ്വാ പണ്ഡിതന്മാരുടെ 'ദാരിദ്ര്യത്തിന്റെ തത്ത്വശാസ്ത്ര' വ്യാഖ്യാ
നങ്ങളെ തത്ത്വശാസ്ത്രത്തിന്റെ തന്നെ ദാരിദ്ര്യമായിട്ടാണ് മാർക്സ്
കണ്ടത്. ലോകകമ്മ്യൂണിസ്റ്റ് പ്രസ്ഥാനത്തിന്റെ ചരിത്രത്തിലുടനീളം പെറ്റി
ബുർഷ്വാ അരാജകസിദ്ധാന്തങ്ങൾ മാർക്സിസത്തിന്റെ മേലങ്കിയണി
ഞ്ഞുകൊണ്ടുതന്നെ പ്രത്യക്ഷപ്പെട്ടിട്ടുണ്ട്.

റഷ്യയിലെ നരോദ്നിസം തൊഴിലാളിവർഗ്ഗ നേതൃത്വത്തെ തന്നെ
നിഷേധിച്ച പെറ്റിബുർഷ്വാ ഭീകരവാദമായിരുന്നല്ലോ. ലെനിന്റെ സഹോ
ദരൻ അലക്സാണ്ടർ ഉല്യാനോവിനെ നരോദ്നിസ്റ്റ് ഭീകരപ്രവർത്തന
ങ്ങളുടെ ഭാഗമായി സാർ ഭരണകൂടം തൂക്കിലേറ്റുകയുണ്ടായി. ലെനിൻ
നരോദ്നിസത്തിന്റെ രാഷ്ട്രീയ പ്രത്യയശാസ്ത്രത്തെയും അതിന്റെ
പെറ്റിബുർഷ്വാ അരാജകസമീപനത്തെയും തുറന്നുകാണിച്ചുകൊണ്ടാണ്
റഷ്യയിൽ കമ്മ്യൂണിസ്റ്റ് പാർട്ടി കെട്ടിപ്പടുത്തത്. കംപോഡിയയിൽ മാവോ
വിന്റെയും ലിൻപിയാവോവിന്റെയുമൊക്കെ സിദ്ധാന്തങ്ങളെ പിന്തുടരു
കയാണെന്ന് പറഞ്ഞുകൊണ്ടാണ് പോൾപോട്ട് സൈനികഭീകരവാദം
അഴിച്ചുവിട്ടത്. പോൾപോട്ടിസം ചരിത്രത്തിലെ മഹാദുരന്തമായിരുന്നല്ലോ.

ഇവിടെ മാവോവിന്റെ പേരിലാവിഷ്കരിക്കപ്പെട്ട മാവോയിസം
ചൈനീസ് വിപ്ലവത്തിന്റെ ചരിത്രഗതിയിൽ മാവോ മുന്നോട്ടുവെച്ച സിദ്ധാ
ന്തങ്ങളുമായി യാതൊരുവിധ ബന്ധവുമില്ലാത്തതാണ്. കോളനിരാജ്യ
ങ്ങളിലെ ജനകീയജനാധിപത്യവിപ്ലവങ്ങളെ സംബന്ധിച്ച ലെനിനിസ്റ്റ്

നിലപാടുകളുടെ സിദ്ധാന്തവും പ്രയോഗവുമെന്ന നിലയിലാണ് മാവോ
വിന്റെ സംഭാവനകളെ കോമിൻഫോം വിലയിരുത്തിയിട്ടുള്ളത്. *പുത്തൻ
ജനാധിപത്യവിപ്ലവം* എന്ന കൃതിയിലൂടെ മാവോ സോഷ്യലിസ്റ്റ് വിപ്ലവ
ത്തിനുള്ള അടിത്തറ സൃഷ്ടിക്കുന്നതിനും തൊഴിലാളിവർഗ്ഗത്തിന്റെ
ലക്ഷ്യമായ കമ്യൂണിസം സ്ഥാപിക്കുന്നതിനും ജനാധിപത്യവിപ്ലവ
വീക്ഷണം എങ്ങനെ ബന്ധപ്പെട്ടിരിക്കുന്നുവെന്ന് വിശദമാക്കിയിട്ടുണ്ട്.

മാവോവിന്റെ സംഭാവനകളെ കേവല സൈനികശാസ്ത്രമായി മന
സ്സിലാക്കുന്ന ശുഷ്കസൈദ്ധാന്തികർക്ക് ചൈനയിലെ സവിശേഷസാ
ഹചര്യത്തിൽ ഇടതുപക്ഷ തീവ്രവാദത്തിനെതിരെ മാവോ നടത്തിയ
ആശയസമരത്തെ മനസ്സിലാക്കാൻ കഴിയില്ലല്ലോ. ജനാധിപത്യവിപ്ലവ
ത്തെയും സോഷ്യലിസ്റ്റ് വിപ്ലവത്തെയും സംബന്ധിച്ച ആശയക്കുഴപ്പ
ങ്ങളാണ് ഇടതുപക്ഷതീവ്രവാദികൾ എപ്പോഴും സൃഷ്ടിച്ചുകൊണ്ടിരി
ക്കുന്നത്. ചൈനയിലെ ജനകീയ ജനാധിപത്യ വിപ്ലവഘട്ടത്തിൽ,
സോഷ്യലിസ്റ്റ് വിപ്ലവ ഘട്ടത്തിലെ രാഷ്ട്രീയ സാമ്പത്തിക നയങ്ങൾക്കു
വേണ്ടി വാദിച്ചിരുന്ന ഇടതുതീവ്രവാദപരമായ ധാരകളെ മാവോ ശക്ത
മായി എതിർക്കുകയും തുറന്നുകാണിക്കുകയും ചെയ്തിട്ടുണ്ട്. ആശയ
പരമായി ഇടതുതീവ്രവാദ നിലപാടുകളെ പരാജയപ്പെടുത്തുകയും
ചെയ്തിട്ടുണ്ട്.

ജനാധിപത്യവിപ്ലവത്തിൽ പങ്കാളിയാകുന്നതിന് ബൂർഷ്വാസിയോട്
അയവുള്ള സമീപനമൊന്നും പാടില്ല എന്ന ഇടതുതീവ്രവാദ നിലപാടു
കളെ നിശിതമായിതന്നെ മാവോ എതിർത്തിട്ടുണ്ട്. മാവോവിന്റെ സംഭാ
വനകളെ തെറ്റായി വ്യാഖ്യാനിച്ചുകൊണ്ടാണ് തനി സൈനികവാദത്തി
ലധിഷ്ഠിതമായ മാവോയിസം ആവിഷ്കരിക്കപ്പെട്ടിട്ടുള്ളത്. ആർ ഐ
എം (റവല്യൂഷണറി ഇന്റർനാഷണൽ മൂവ്മെന്റ്) എന്നറിയപ്പെടുന്ന
മാവോയിസ്റ്റ് സംഘടനകളുടെ സാർവ്വദേശീയവേദിയുടെ ആചാര്യനാ
യിരുന്ന അമേരിക്കൻ റവല്യൂഷണറി കമ്യൂണിസ്റ്റ് പാർട്ടിയുടെ
ചെയർമാൻ ബോബ്അവാക്കിന്റെ മാവോയിസത്തെ സംബന്ധിച്ച നിർവ്വ
ചനം ഇതാണ്;

കമ്യൂണിസ്റ്റ് മാനിഫെസ്റ്റോവിലെ ബലപ്രയോഗം തൊഴിലാളിവർഗ്ഗ
മാർഗ്ഗമെന്ന സാർവ്വത്രിക സത്യത്തെ സ്വന്തം നാടിന്റെ സമൂർത്ത
സാഹചര്യങ്ങൾക്കനുസൃതമായി പ്രയോഗിച്ചതിലൂടെ വികസിപ്പി
ക്കുകയും മാവോ ലോകതൊഴിലാളിവർഗ്ഗത്തിനും ജനതകൾക്കും
ഒരു സൈനികശാസ്ത്രം ആവിഷ്കരിച്ച് വികസിപ്പിച്ച് മുന്നോട്ടു
വെക്കുകയും ചെയ്തിരിക്കുന്നു. ഇതുവഴി മാവോ മാർക്സിസം
ലെനിനിസത്തെ പൂർണ്ണവും ഉയർന്നതും വികസിതവുമായ ഒരു
മൂന്നാം ഘട്ടത്തിലേക്ക് വികസിപ്പിച്ചു.

ചരിത്രവിരുദ്ധവും അത്യന്തം ലളിതവുമായ മാർക്സിസത്തിന്റെ
പേരിലുള്ള ഈ മാവോയിസമെന്ന ആവിഷ്കാരം ശുദ്ധ അസംബന്ധ
മാണ്. ഇത്തരം സൈദ്ധാന്തീകരണം വ്യവസ്ഥക്കെതിരായ നാനാവിധ

മായ ബഹുജനസമരങ്ങളെയും തൊഴിലാളിവർഗ്ഗത്തിന്റെ കടന്നാക്രമണ സാധ്യതകളെയും നിഷേധിക്കുന്ന നരോദ്‌നിസത്തിന്റെയും പോൾപോ ട്ടിസത്തിന്റെയും ആശയധാരകളെ പിൻപറ്റുന്ന അരാജകവാദമാണ്.

തൊഴിലാളിവർഗ്ഗത്തിന് വിപ്ലവം നടത്തുന്നതിനും അധികാരം സ്ഥാപിക്കുന്നതിനും എല്ലാവിധ സമരരൂപങ്ങളും മാർഗ്ഗങ്ങളും ഉപയോ ഗിക്കേണ്ടിവരും എന്നുള്ളതാണ് മാർക്സും ലെനിനുമെല്ലാം പഠിപ്പിച്ചി ട്ടുള്ളത്. ഏകമാത്രമായ സായുധസമരരൂപത്തിൽ പ്രസ്ഥാനത്തെ കെട്ടി യിടുന്നവർ ബഹുജനങ്ങളുടെ വിപ്ലവകരവും സർഗ്ഗാത്മകവുമായ മുന്നേ റ്റസാധ്യതകളെ തടയുകയാണ് ചെയ്യുന്നത്. സായുധ സമരവും അതിൽ തന്നെ ഗറില്ലാസമരവും മാത്രമാണ് വിപ്ലവപരമെന്ന് വാദിക്കുന്ന മാവോ യിസം തൊഴിലാളിവർഗ്ഗത്തിനന്യമായ മദ്ധ്യവർഗ്ഗ സാഹസികതാവാദം മാത്രമാണ്.

തൊഴിലാളിവർഗ്ഗപ്രസ്ഥാനത്തിനകത്ത് കടന്നുവരാനിടയുള്ള ദുഷ്പ്ര വണതകളെ ചൂണ്ടിക്കാട്ടി തൊഴിലാളിവർഗ്ഗം ഒരു വിപ്ലവവർഗ്ഗമല്ല എന്ന സൈദ്ധാന്തീകരണങ്ങൾ ഇടതുപക്ഷ തീവ്രവാദികളും ഉത്തരാധുനിക പണ്ഡിതന്മാരും നിരന്തരമായി നടത്തിക്കൊണ്ടിരിക്കുകയാണ്. 1960 ക ളിലെ കമ്യൂണിസ്റ്റ് പ്രസ്ഥാനത്തിലെ പിളർപ്പിനെത്തുടർന്നാണല്ലോ സാർവദേശീയതലത്തിലും ഇന്ത്യയിലും സായുധ സമരം ഒരു കേന്ദ്ര വിഷയമായി ഉയർന്നുവരുന്നത്. ക്യൂബൻ വിപ്ലവവും നവീന ഇടതുപക്ഷ ആശയങ്ങളും സായുധ ഗറില്ലാ പോരാട്ടങ്ങളെക്കുറിച്ചുള്ള ആശയ ങ്ങൾക്ക് പ്രചോദനമാവുകയുംചെയ്തു.

തൊഴിലാളിവർഗ്ഗരാഷ്ട്രീയത്തെയും വർഗ്ഗബഹുജനപ്രസ്ഥാനങ്ങ ളുടെ പങ്കിനെയും നിഷേധിക്കുന്ന യുവാക്കളുടെ ഒളിപ്പോർ സംഘ ങ്ങൾക്ക് വിപ്ലവങ്ങൾ നടത്താനാവുമെന്ന വീക്ഷണങ്ങൾ പ്രബലമായി ത്തീർന്നു. ഫ്രാൻസിലെ വസന്ത കലാപം തൊഴിലാളിവർഗ്ഗത്തിന്റെ രാഷ്ട്രീയ പ്രസക്തിയെത്തന്നെ നിഷേധിക്കുന്ന അരാജകമായ ആശയാ വിഷ്കാരങ്ങൾക്ക് ഗതിവേഗം കൂട്ടി. റെജീസ്ദെബ്രേയുടെ *റവല്യൂഷൻ ഇൻ റവല്യൂഷൻ* എന്ന പുസ്തകം മദ്ധ്യവർഗ്ഗവിപ്ലവകാമനകളുടെ സൈദ്ധാന്തീകരണമായിരുന്നു. ലോകമെമ്പാടും ലക്ഷക്കണക്കിന് കോപ്പികളാണ് ആ പുസ്തകം വിറ്റഴിഞ്ഞത്.

ബ്ലാക്പാന്തറുകളുടെയും വസന്തകലാപത്തിന്റെയും സ്വാധീനത്തോ ടൊപ്പം ചൈനീസ് സാംസ്കാരികവിപ്ലവത്തെക്കുറിച്ചുള്ള വാർത്തകളും ചേർന്ന് ലോകമാകെ യുവാക്കളുടെയും വിദ്യാർത്ഥികളുടെയും കറുത്ത വരുടെയും വിമോചനപ്രസ്ഥാനങ്ങളെക്കുറിച്ചുള്ള കാഴ്ചപ്പാടുകൾ പടർന്നു. തൊഴിലാളിവർഗ്ഗരാഷ്ട്രീയത്തെയും മാർക്സിന്റെ സാമൂഹ്യ വിപ്ലവകാഴ്ചപ്പാടുകളെയും നിരാകരിക്കുന്ന ഒരു സൈദ്ധാന്തിക മണ്ഡ ലത്തിലാണ് 1970 കളിലെ ഇടതുതീവ്രവാദവും വേരുറപ്പിച്ചതെന്ന് കാണാം. ഇതാണ് മാവോയിസത്തിന്റെ സൈദ്ധാന്തിക രാഷ്ട്രീയ പശ്ചാ ത്തലം.

ക്യൂബൻ വിപ്ലവത്തെത്തുടർന്ന് കാസ്ട്രോ കമ്യൂണിസ്റ്റ് പാർടി നേതൃത്വത്തിലേക്ക് വന്നതോടെ ഇന്ത്യയിലെ സി പി ഐ (എം എൽ) ഗ്രൂപ്പുകൾ കാസ്ട്രോവിനെയും ക്യൂബൻ സോഷ്യലിസ്റ്റ് ഭരണകൂട ത്തെയും ക്രൂഷ്ചേവൈറ്റ് എന്നാണ് അധിക്ഷേപിച്ചത്. തൊഴിലാളിവർഗ്ഗ രാഷ്ട്രീയത്തിന്റെ വിശാലസാദ്ധ്യതകളിൽനിന്നും മദ്ധ്യവർഗ്ഗസങ്കുചിത ത്വങ്ങളിലേക്ക് നിപതിച്ചവരുടെ രാഷ്ട്രീയ സിദ്ധാന്തമാണ് മാവോയിസം. പഴയ പീപ്പിൾസ്‌വാർ ഗ്രൂപ്പിന്റെയും ഇപ്പോഴത്തെ മാവോയിസ്റ്റ് സംഘട നയുടെയും വർഗ്ഗഘടന പരിശോധിച്ചാൽ തന്നെ ഇത് ബോദ്ധ്യമാവും. ആദിവാസികൾ ബഹുഭൂരിപക്ഷവും മദ്ധ്യവർഗ്ഗബുദ്ധിജീവികൾ നയി ക്കുന്നതുമായ വർഗ്ഗഘടനയാണ് മാവോയിസ്റ്റു സംഘടനകൾക്കുള്ളത്.

തൊഴിലാളിവർഗ്ഗ സംഘടനകളും ട്രേഡ്‌യൂണിയൻ സമരങ്ങളും തിരുത്തൽവാദത്തിലേക്കുള്ള രാജപാതയാണെന്ന നിലപാടാണ് അവർക്കുള്ളത്. പാർലമെന്ററി സമരങ്ങൾതന്നെ പാർലമെന്ററിസമാ ണെന്ന അബദ്ധധാരണകളിൽ അഭിരമിക്കുന്ന മാവോയിസ്റ്റുകൾ അങ്ങേ യറ്റം ജനാധിപത്യവിരുദ്ധമായ വിധ്വംസകവൃത്തികളാണ് വിപ്ലവമെന്ന് ധരിച്ചുവെച്ചിരിക്കുകയാണ്. തൊഴിലാളിവർഗ്ഗ ദുഷ്പ്രഭുത്വത്തെക്കുറി ച്ചുള്ള വിശകലനങ്ങളുടെ മറവിൽ പ്രാന്തവൽക്കൃത സമൂഹങ്ങൾ മാത്ര മാണ് വിപ്ലവകരമായിട്ടുള്ളതെന്ന നവീന ഇടതുപക്ഷ സൈദ്ധാന്തീകര ണങ്ങളെയാണ് അവർ മുറുകെപ്പിടിച്ചിരിക്കുന്നത്.

തത്ത്വശാസ്ത്രപരമായി അതിഭൗതികവാദപരവും ആശയവാദപര വുമായ അപചയമാണ് മാവോയിസം. തൊഴിലാളിവർഗ്ഗത്തെയും നില നില്ക്കുന്ന കമ്യൂണിസ്റ്റ് പാർട്ടികളെയും എല്ലാം സംബന്ധിച്ച മാർക്സി സത്തിനന്യമായ വിശകലനങ്ങളാണ് അവരുടെ സൈദ്ധാന്തിക നിലപാ ടുകൾ. കാല്പനികതയെ പ്രണയിക്കുന്ന ബൂർഷ്വാ ആശയവാദവും മറു വശത്ത് എല്ലാറ്റിനെയും ശകലീകരിക്കുന്ന ഉത്തരാധുനിക യുക്തിചിന്ത കളുമാണ് മാവോയിസത്തെ നിർണ്ണയിക്കുന്നത്.